胡志明与中越友谊

HỒ CHÍ MINH VỚI TÌNH HỮU NGHỊ TRUNG-VIỆT

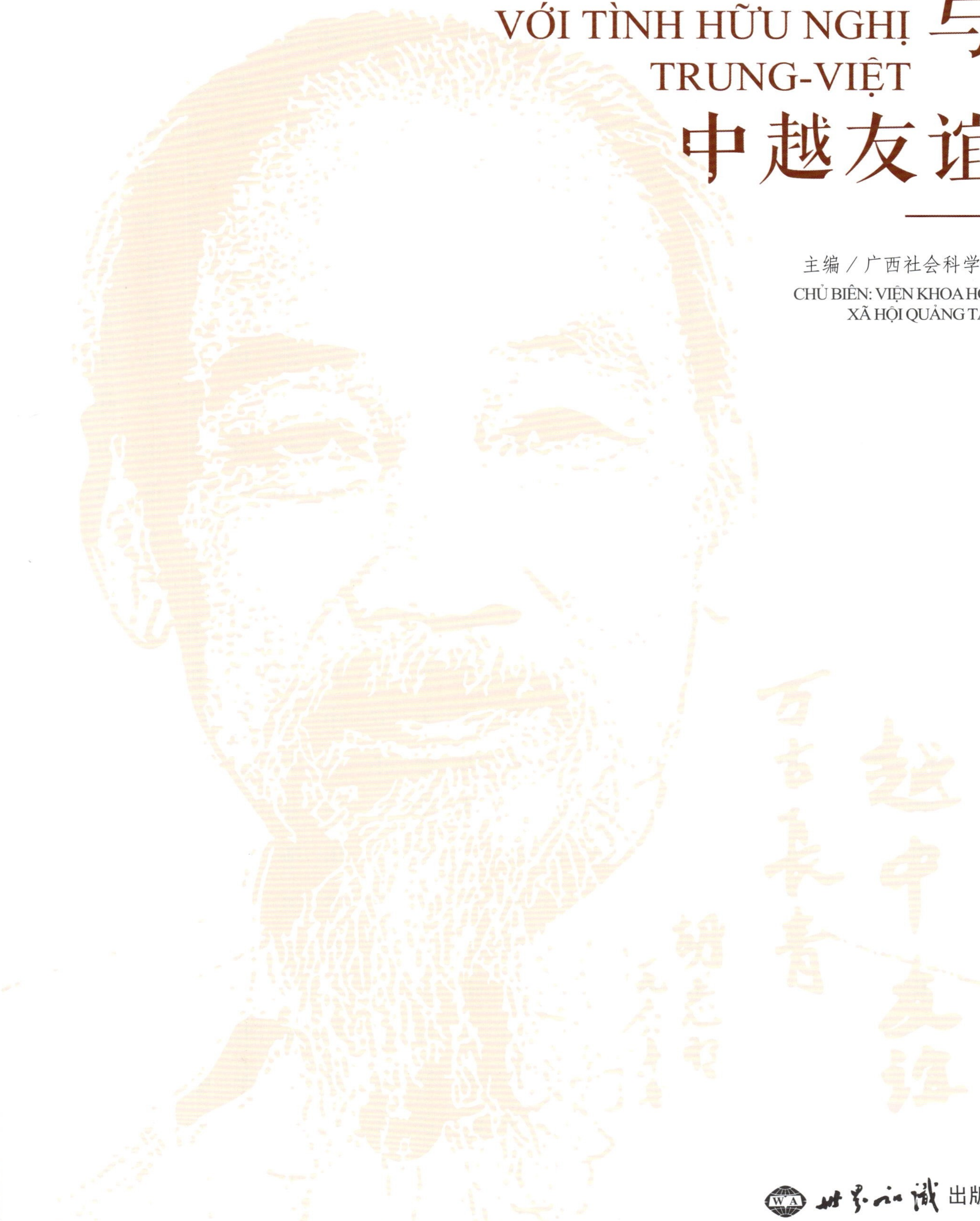

主编／广西社会科学院

CHỦ BIÊN: VIỆN KHOA HỌC XÃ HỘI QUẢNG TÂY

世界知识出版社

NHÀ XUẤT BẢN TRI THỨC THẾ GIỚI

谨以此书
祝愿中越友谊万古长青

Với tập Sách ảnh này chúc cho Tình hữu nghị
Trung-Việt mãi mãi xanh tươi

胡志明与中越友谊

HỒ CHÍ MINH VỚI TÌNH HỮU NGHỊ TRUNG-VIỆT

1960 年 8 月，中共中央主席毛泽东在北京会见越共中央主席胡志明。

Chủ tịch Ban chấp hành Trung ương Đảng Cộng sản Trung Quốc Mao Trạch Đông tiếp thân mật Chủ tịch Ban chấp hành Trung ương Đảng Cộng sản Việt Nam Hồ Chí Minh tại Bắc Kinh, tháng 8 năm 1960.

胡志明与中越友谊

HỒ CHÍ MINH VỚI TÌNH HỮU NGHỊ TRUNG-VIỆT

1960 年 5 月，中华人民共和国国务院总理周恩来访问越南，
胡志明前往迎接，与周恩来热烈拥抱。

Thủ tướng Quốc vụ viện Nước Cộng hòa Nhân dân Trung Hoa Chu Ân Lai sang thăm Việt Nam, Chủ tịch Hồ Chí Minh ra đón và ôm hôn thắm thiết, tháng 5 năm 1960.

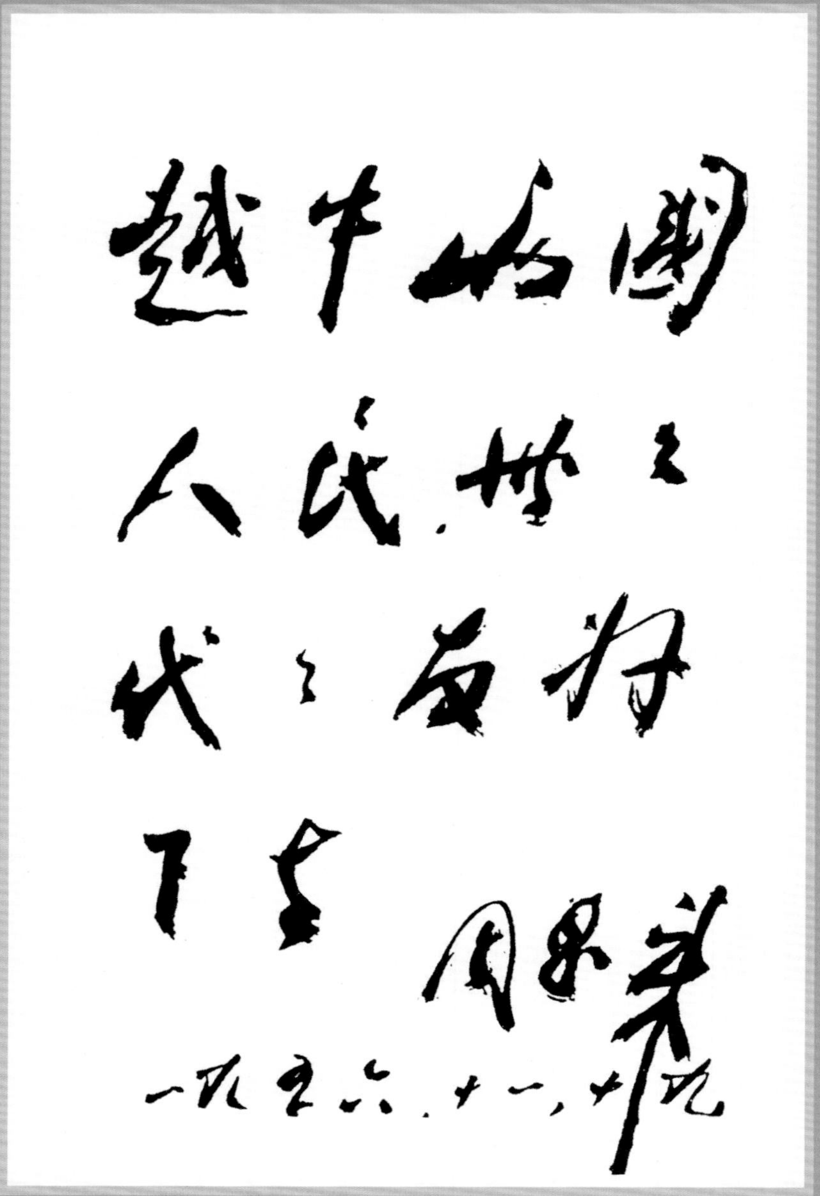

1956 年 11 月，周恩来在越南河内为中越友谊题词
“越中两国人民世世代代友好下去”

Bút tích của Thủ tướng Quốc Vụ viện Trung Quốc Chu Ân Lai ghi tại Hà Nội tháng 11 năm 1956:
“Nhân dân hai nước Việt-Trung đời đời hữu nghị”.

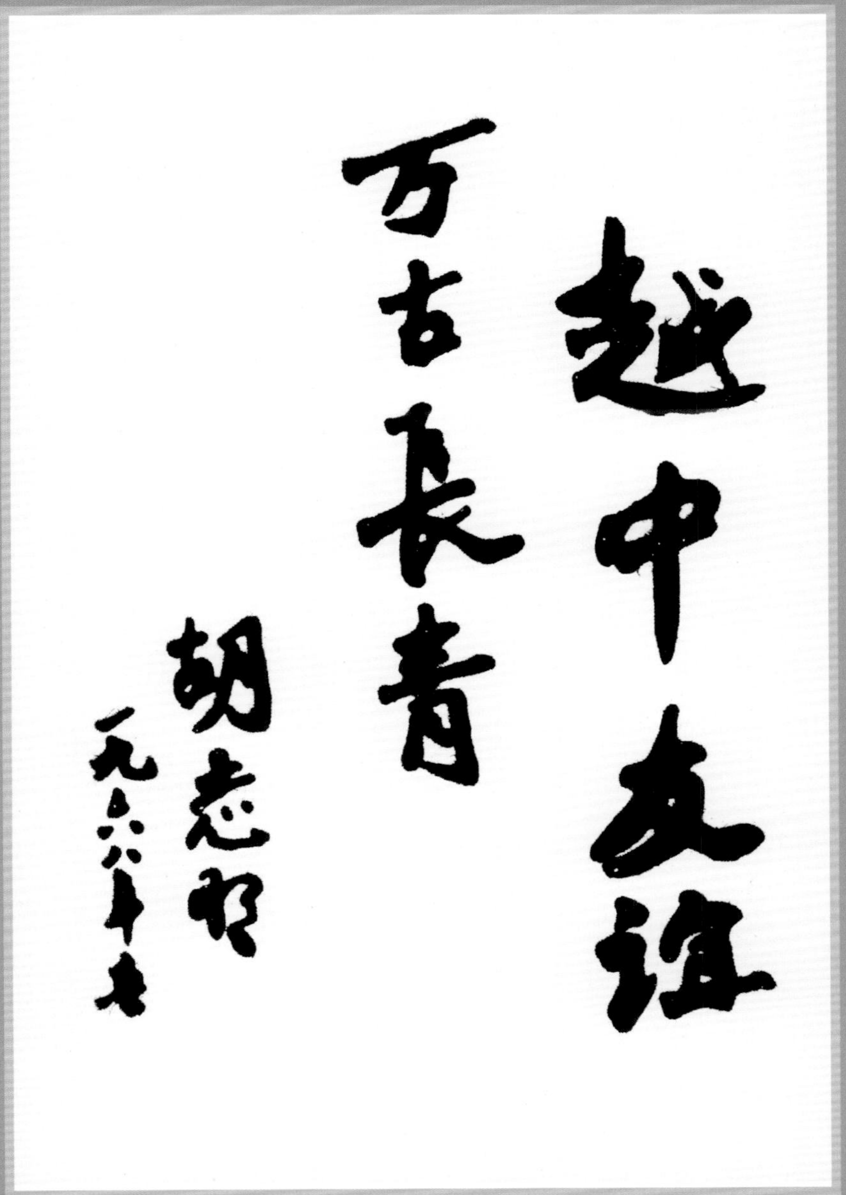

1968 年春，胡志明在中国北京为越中友谊题词

“越中友谊，万古长青”

Bút tích chữ Hán của Chủ tịch Hồ Chí Minh ghi tại Bắc Kinh mùa xuân năm 1968:

“Mối tình hữu nghị Việt-Trung mãi mãi xanh tươi”.

胡志明与中越友谊

HỒ CHÍ MINH
VỚI TÌNH HỮU NGHỊ
TRUNG-VIỆT

目　录

MỤC LỤC

胡志明
——中越友谊之花的辛勤培育者

中国与越南山水相连，历史上的友好交往源远流长。进入近代，两国人民在长期的争取民族独立、反抗外来侵略和建设国家的斗争中相互支持，建立了深厚的革命友谊。自 1991 年中越关系实现正常化以来，中越两党两国领导人在许多场合一再共同指出，中越友谊是中越两党两国老一辈领导人亲手缔造、精心培育的，是中越两党、两国和两国人民共同的宝贵财富。双方要共同继承好、维护好、发展好。

学习和宣传以毛泽东主席和胡志明主席为代表的中越两国老一辈领导人亲手缔造、精心培育中越友谊的光辉典范，是传承中越友谊的重要基础和前提。

胡志明（1890—1969）是越南人民最敬爱的伟大领袖。联合国教科文组织于1987年授予他“越南民族解放英雄和文化名人”的称号。胡志明的一生，是为越南人民的民族解放及建设和保卫国家事业、为世界和平与进步事业、为增进和发展中越两国人民的传统友谊无私奉献的一生，值得中国人民、越南人民和世界各国人民永远崇敬和怀念。

胡志明对中国和中国人民怀有特别亲切友好的感情。这跟胡志明曾长期在中国进行革命活动，与中国共产党人和中国人民保持广泛密切的交往有直接的关系。胡志明在其漫长的革命生涯中，到过世界上许多国家，结交过许多朋友，而中国是他进行革命活动时间最长、结交朋友最多的一个国家。早在 20 世纪 20 年代初，胡志明在巴黎和莫斯科进行革命活动的时候，就同周恩来、李富春、蔡畅、赵世炎、陈延年、陈乔年、王若飞、张太雷等一批中国共产党早期党员结识并建立革命友谊。中国大革命时期，胡志明于 1924 年底来到广州，一边为孙中山革命政府的苏联顾问鲍罗庭做翻译工作，一边关注越南革命，并在中国共产党的帮助下，在广州培训越南革命干部，建立越南共产主义组织，撰写革命理论文章，指导越南革命。同时，他带领越南革命者参加中国共产党的活动，同中国共产党和中国人民建立了深厚的革命友谊。20 世纪 30 年代初，胡志明以共产国际代表的身份来到中国香港，在中国共产党在香港的秘密组织的帮助下，召开统一越南国内三个共产主义组织为一个共产党组织的会议，越南共产党于 1930 年 2 月 3 日在香港宣告成立[①]。越南革命从此进入一个新的发展阶段。中国抗日战争

① 越南共产党 1930 年 2 月 3 日成立于香港，同年 10 月改名为印度支那共产党，1951 年更名为越南劳动党，1976 年更名为越南共产党。本书为叙述方便，统一使用“越南共产党”的称谓。

时期，胡志明于 1938 年底从莫斯科来到中国，一边参加中国共产党的活动，同中国人民一起投入伟大的抗日救亡斗争，一边为越南革命进行舆论宣传和干部培训方面的工作，利用中国这个越南革命的后方基地，在中越边境地区积聚革命力量，创造回国直接领导武装斗争的条件。其间，广西的桂林和中越边境地区成为越南革命的大本营。胡志明和越南革命者在中越边境广西地区的革命活动，得到了广西人民多方面的帮助，为越南于 1945 年取得“八月革命”的成功并宣告越南独立创造了条件。胡志明和越南革命者也因此同中国共产党在广西的组织及广西广大壮族人民群众建立了深厚的革命感情。

越南独立后，法国殖民者卷土重来，越南人民进行了顽强的抗法斗争。中华人民共和国成立后，胡志明于 1950 年秘密访华，请求中国援越抗法。中国随即派出军事顾问入越，协助越南人民军开展抗法的“边界战役”，并组织了其他一系列的抗法军事斗争，迫使法国殖民者撤出越南，越南北方宣告解放。

1955 年元旦，越南政府从解放区还都河内，越南北方开始了社会主义建设。自此至胡志明逝世前一年的 1968 年，胡志明每年都来中国访问、度假、治病、疗养或者过生日。中国从南到北、从东到西的许多地方，都留下了胡志明的足迹。胡志明在中国会见中国的党和国家领导人、省市各级领导干部，访问参观工厂、乡村、农场、机关、学校、幼儿园、部队，广泛接触中国各阶层群众，走到哪里，就将越中友谊带到哪里，给中国人民留下了许多美好幸福的回忆。世界上没有哪个国家的领导人，能像胡志明那样，到过中国如此多的地方，接触、结交过如此多的中国朋友。

秉承无产阶级国际主义原则，从发展和增进中越两国人民的传统友谊出发，在越南抗法战争时期、社会主义建设时期和抗美救国战争时期，中国曾先后派出不少军事人员和技术干部到越南帮助工作。中国许许多多的代表团或一些个人常常应邀到越南进行友好访问。胡志明对入越工作的中国同志在政治上高度信任，常常和中国同志共同研究工作，尊重中国同志提出的意见和建议，肯定和表彰中国同志的工作成绩。在生活上，胡志明对中国同志关怀备至，常常到驻地看望中国同志，嘘寒问暖，悉心照顾；对赴越访问的中国领导人，胡志明亲自到机场迎送；对各个代表团和相关人员，胡志明都热情欢迎，尽可能安排会见、座谈、合影留念。世界上没有任何一个国家的领导人，能像胡志明那样，接见过如此众多到访的中国同志。

胡志明对中国人民的友好感情，还表现在他对中国文化的热爱，表现在他浓浓的中国文化情结。胡志明深刻了解中越两国历史上密切的文化联系。他熟悉汉文，还会讲中国的一些地方语言，能用汉文作诗、写文章。他在中国进行革命活动、友好访问及与中国人民交往的过程中，留下了许多汉文诗词作品、汉文信函、题字题词。胡志明常常在自己的诗词、文章、讲话中，汲取中国传统文化精华，借鉴中国古典诗词名句，并运用得恰到好处。这一切，都进一步密切了他与中国人民的感情，让中国人民感到格外亲切。

胡志明毕生致力于培育和传播中越友谊。他在许多公开场合用了许多极其美好的语言文字来讴歌历史悠久、坚如磐石的中越友谊。1961 年 7 月 1 日，恰逢中国共产党成立 40 周年，胡志明在越南《人民报》发表了《中国革命与越南革命——为庆祝中国共产党成立四十周年而作》一文（该文的中译文转载于 1961 年 7 月 3 日中国《人民日报》）。他在文中回顾中国对越南的援助后指出：“中国革命和越南革命的关系真是：恩深、义重、情长。友谊之光，万世辉煌！”1963 年 5 月，中国国家主席刘少奇访问越南。胡志明亲自到河内机场迎接，并在机场发表了热情洋溢的讲话。胡志明说：“今天，越南人民怀着深切和真诚的敬意来欢迎刘少奇主席。”接着又念出了他创作的诗句：“心心早相印，今日喜相逢。越中情谊深，同志加兄弟。”这句“越中情谊深，同志加兄弟”，从此成为胡志明赞颂越中友谊的传世名句。1967年9月，胡志明在中国北京治病。10月1日是中华人民共和国成立18周年，胡志明在10月号的《越南新闻》上特地以《越中情谊深，同志加兄弟》为题发表文章，祝贺中国建设取得的成就并赞颂越中友谊。胡志明在文章中说：“越南人民以有这样亲密的近邻、这样真心实意的兄弟、这样甘苦与共的同志——伟大的中国人民而感到十分自豪。我们将坚决地培育这种同志加兄弟的越中友谊，使它万古长青。”1968年春，胡志明在中国北京治病期间，用中文亲笔写下了“越中友谊，万古长青”的条幅。胡志明这八个熠熠生辉的大字，如同他说出的“越中情谊深，同志加兄弟”一样，成为中越友好关系史上的传颂名句。

综上所述，胡志明是名副其实的中越人民友谊之花的辛勤培育者。胡志明毕生培育和传播中越友谊的生动事实，是胡志明留给中越两国人民宝贵的精神财富，具有永存史册、传之后世、教育激励后辈的重要价值。

广西社会科学院是中国研究越南和中越关系历史的主要学术机构。“胡志明与中越友谊”是本院一个具有相对优势的研究课题。自1995年至2010年间，广西社科院曾单独或与兄弟单位合作，主持编辑过《胡志明主席与中国》《胡志明与广西》《毛泽东与胡志明》《胡志明与粤港》等几部画册或图文集。这些图书在传承中越友谊、推动中越友好交流与合作方面曾经发挥过积极的作用。然而，这些图书出版时间较早，现存书均已告罄。且因其具体内容各有侧重，对全面介绍胡志明毕生培育中越友谊略有欠缺。据此，广西社科院决定发挥自身的学科优势，由研究胡志明的资深专家领衔，重新编辑一部综合性的大型画册，全面、系统地记录胡志明毕生辛勤培育中越友谊的生动事实。新编辑的《胡志明与中越友谊》画册在内容上分为三个部分：一、胡志明在中国的革命活动；二、胡志明与中国人民的深厚情谊；三、胡志明与中国文化。各个部分都分设若干个单元。这本画册吸纳糅合了本单位主持编辑过的几部同类画册之所长，在内容架构作了更科学更合理的设计与编排，对前四本画册使用的相关图片资料进行了筛选补充，从而更完整、系统和全面地体现了胡志明毕生培育中越友谊的历史事实，更鲜明地突出了传承中越友谊的主题。画册封面、前言、后记、各部分概述文字以及全书图片的说明文字，均采用中越文对照，以方便中越两国读者阅读。

当前，中越两国正专心致志地推进改革开放（革新）和社会主义现代化建设，正共同面临着复杂多变的国际局势。因此，巩固中越全面战略合作伙伴关系，增进中越两国人民的传统友谊，促进双方的合作与发展显得特别重要。惟其如此，中越两党两国领导人近年来一再共同指出，中越双方要将两党两国老一辈领导人亲手缔造和精心培育的中越友谊共同继承好、维护好、发展好。青年是国家的未来和希望，中越两国的传统友谊，需要中越两国年轻一代来继承。胡志明主席逝世已有半个多世纪，如今成长起来的中越两国年轻一代，对胡志明等中越两党两国老一辈领导人亲手缔造、精心培育的中越友谊历史事实知之不多。《胡志明与中越友谊》画册的出版无疑为他们提供一本生动的教材。中越两国人民特别是年轻一代可以从画册中了解和学习到胡志明毕生精心培育越中友谊的光辉典范和精神，从中受到教育和启迪，从而满怀信心地从老一辈革命家手中接过中越友谊的接力棒，为继承、弘扬、发展中越友谊积极贡献自己的力量，让中越友谊代代相传，天长地久，万古长青！

中国广西社会科学院

2023年2月

Hồ Chí Minh – Người dày công vun xới cho Vườn hoa Hữu nghị Trung-Việt

Trung Quốc và Việt Nam núi sông liền dải, trong lịch sử đã sẵn có mối tình cảm hữu nghị lâu dài sâu sắc. Bước vào thời cận đại trong cuộc đấu tranh lâu dài chống xâm lược giành độc lập dân tộc cũng như công cuộc xây dựng đất nước nhân dân hai nước lại xây đắp nên mối tình cảm cách mạng sâu đậm. Từ khi bình thường hóa quan hệ Trung-Việt vào năm 1991 trở lại đây lãnh đạo hai Đảng hai nước trong nhiều trường hợp khác nhau đã cùng nêu rõ, mối tình hữu nghị Trung-Việt do lớp lãnh đạo tiền bối hai Đảng hai nước tự tay gây dựng và dày công vun xới là tài sản chung quý báu của hai Đảng, hai nước và nhân dân hai nước, cần phải được hai bên cùng nhau kế thừa tốt, giữ gìn tốt và phát triển tốt.

Học tập và tuyên truyền tấm gương sáng của lớp lãnh đạo tiền bối hai nước với tiêu biểu là Chủ tịch Mao Trạch Đông và Chủ tịch Hồ Chí Minh đã đích thân gây dựng và dày công vun xới cho mối tình hữu nghị Trung-Việt là cơ sở và tiền đề quan trọng trong việc kế thừa mối tình hữu nghị Trung-Việt.

Chủ tịch Hồ Chí Minh (1890 – 1969) là vị lãnh tụ vĩ đại được nhân dân Việt Nam rất mực kính yêu. Năm 1987, Tổ chức Giáo dục Khoa học và Văn hóa Liên hợp quốc (UNESCO) đã phong cho Người danh hiệu “Danh nhân văn hóa và anh hùng giải phóng dân tộc Việt Nam”. Người đã dành trọn cuộc đời cho sự nghiệp đấu tranh giải phóng dân tộc và xây dựng bảo vệ đất nước của nhân dân Việt Nam và sự nghiệp hòa bình và tiến bộ của thế giới, đồng thời cũng có những đóng góp quý báu suốt cuộc đời mình cho việc tăng cường và phát triển mối tình hữu nghị truyền thống giữa nhân dân hai nước Trung-Việt, đáng để nhân dân Việt Nam, nhân dân Trung Quốc và nhân dân các nước trên thế giới mãi mãi tưởng nhớ và kính mến.

Đối với Trung Quốc và nhân dân Trung Quốc Chủ tịch Hồ Chí Minh luôn giữ một tình cảm hữu nghị thân thiết đặc biệt. Điều đó có quan hệ trực tiếp tới việc Người từng hoạt động cách mạng tại Trung Quốc trong thời gian dài, có sự giao lưu rộng rãi và chặt chẽ với những người Cộng sản và nhân dân Trung Quốc. Trong cuộc đời cách mạng lâu dài của mình Chủ tịch Hồ Chí Minh đã đặt chân tới nhiều quốc gia và quen biết rất nhiều bạn bè. Mà Trung Quốc lại là đất nước mà Người có thời gian hoạt động cách mạng lâu dài nhất và quen biết bạn bè cũng nhiều hơn cả. Ngay từ những năm đầu thập kỷ 20 của thế kỷ XX khi hoạt động cách mạng tại Paris và Moscow, Hồ Chủ tịch đã quen biết và thiết lập mối tình cảm cách mạng với lớp Đảng viên Cộng sản đầu tiên của Trung Quốc như các đồng chí Chu Ân Lai, Lý Phú Xuân, Thái Sướng, Triệu Thế Viêm, Trần Diên Niên, Trần Kiều Niên, Vương Nhược Phi, Trương Thái Lôi v.v...Hồ Chủ tịch đến Quảng Châu vào năm 1924 vào thời kỳ Đại cách mạng Trung Quốc, một mặt Người làm phiên dịch cho cố vấn Liên Xô Bô-rô-đin bên cạnh Chính phủ Cách mạng của ông Tôn Trung Sơn, mặt khác luôn chăm chú theo dõi tình hình cách mạng trong nước Việt Nam và được sự giúp đỡ của Đảng Cộng sản Trung Quốc Người đã bắt tay đào tạo cán bộ cách mạng Việt Nam, xây dựng tổ chức Đảng của Việt Nam, soạn viết những bài lý luận chỉ đạo cho cách mạng Việt Nam. Đồng thời Người còn dẫn dắt những người cách mạng Việt Nam tham gia các hoạt động của Đảng Cộng sản Trung Quốc, đã xây đắp nên mối tình hữu nghị cách mạng sâu sắc với Đảng Cộng sản và nhân dân Trung Quốc. Đầu những năm 30 thế kỷ XX Chủ tịch Hồ Chí Minh với danh nghĩa đại diện của Quốc tế Cộng sản đã đến Hồng Kông Trung Quốc và dưới sự giúp đỡ các cơ sở bí mật của Đảng Cộng sản Trung Quốc đã triệu tập cuộc họp thống nhất 3 tổ chức Cộng sản Việt Nam, ngày 3 tháng 2 năm 1930 Đảng Cộng sản Việt Nam chính thức thành lập tại Hồng Kông.[①] Bắt đầu từ đó cách mạng Việt Nam tiến sang một giai đoạn phát triển mới. Năm 1938 vào thời kỳ Cuộc kháng chiến chống Nhật của nhân dân Trung Quốc, Chủ tịch Hồ Chí Minh đã từ Moscow đến Trung Quốc, một mặt tham gia các hoạt động của Đảng Cộng sản Trung Quốc, cùng với nhân dân nơi đây lao mình vào cuộc đấu tranh vĩ đại chống Nhật cứu vong, một mặt Người lại bắt tay vào đào tạo cán bộ tuyên truyền và chuẩn bị dư luận cho cách mạng Việt Nam, dựa vào các cơ sở cách mạng Việt Nam ở hậu phương Trung Quốc mà tiến hành ngưng tụ lực lượng cách mạng tại vùng biên giới Trung-Việt, tạo điều kiện cho việc về nước trực tiếp lãnh đạo cuộc đấu tranh vũ trang ở trong nước Việt Nam.

Vào thời kỳ này, Quế Lâm Quảng Tây và vùng biên giới Trung-Việt đã trở thành đại bản doanh của cách mạng Việt Nam. Hoạt động cách mạng của Hồ Chủ tịch và những người cách mạng Việt Nam dành được sự giúp đỡ về nhiều mặt của nhân dân Quảng Tây trên vùng biên giới Trung-Việt, tạo điều kiện cho sự thành công của Cách mạng Tháng 8 và giành độc lập của Việt Nam. Qua đó Chủ tịch Hồ Chí Minh và những người cách mạng Việt Nam đã vun đắp nên mối tình cảm cách mạng sâu sắc với các tổ chức cơ sở của Đảng Cộng sản Trung Quốc tại Quảng Tây và nhân dân dân tộc Choang Quảng Tây.

Sau ngày Việt Nam giành độc lập, thực dân Pháp đã quay trở lại. Nhân dân Việt Nam bước vào cuộc kháng chiến chống Pháp ngoan cường. Sau khi Nước Cộng hòa Nhân dân Trung Hoa thành lập, Chủ tịch Hồ Chí Minh đã bí mật sang thăm Trung Quốc nhờ Trung Quốc viện trợ cuộc kháng chiến chống Pháp. Trung Quốc đã lập tức cử Đoàn cố vấn quân sự sang Việt Nam và giúp đỡ Quân đội Nhân dân Việt Nam tổ chức "*Chiến dịch Biên giới*", đồng thời còn tổ chức một loạt các hoạt động đấu tranh quân sự chống Pháp và buộc

① Đảng Cộng sản Việt Nam thành lập vào ngày 3 tháng 2 năm 1930 tại Hồng Kông, tháng 10 cùng năm đổi tên thành Đảng Cộng sản Đông Dương, năm 1951 đổi tên thành Đảng Lao động Việt Nam, năm 1976 đổi lại tên là Đảng Cộng sản Việt Nam. Trong tập sách ảnh này để tiện cho việc trình bày đã thống nhất tên gọi chung là "Đảng Cộng sản Việt Nam".

thực dân Pháp phải rút khỏi Việt Nam, miền Bắc Việt Nam hoàn toàn giải phóng.

Tết Dương lịch năm 1955, Chính phủ Việt Nam đã từ khu giải phóng trở về thủ đô Hà Nội, miền Bắc Việt Nam bước vào xây dựng chủ nghĩa xã hội. Từ đó đến trước năm 1968 (tức là 1 năm trước ngày từ trần) mỗi năm Người đều sang Trung Quốc thăm viếng, nghỉ ngơi, điều trị, điều dưỡng hay mừng sinh nhật. Từ Nam chí Bắc từ Đông sang Tây khắp miền đất nước Trung Hoa đều để lại dấu chân Người. Trong thời gian ở Trung Quốc Hồ Chủ tịch đã gặp gỡ lãnh đạo Đảng và Nhà nước Trung Quốc, cán bộ các cấp lãnh đạo các địa phương, đi thăm các nhà máy, vùng nông thôn, nông trường, các cơ quan, nhà trường, trường mầm non, đơn vị bộ đội, tiếp xúc rộng rãi với các tầng lớp quần chúng, đi đến đâu Người cũng đem lại hạt giống của mối tình hữu nghị Việt-Trung, lưu lại vô vàn ký ức tốt đẹp trong lòng nhân dân Trung Quốc. Trên thế giới này không một lãnh tụ quốc gia nào có thể như Chủ tịch Hồ Chí Minh đến thăm nhiều địa phương và tiếp xúc quen biết với nhiều bạn bè Trung Quốc như vậy.

Kế thừa nguyên tắc của chủ nghĩa quốc tế vô sản, xuất phát từ việc tăng cường mối tình hữu nghị truyền thống giữa nhân dân hai nước Trung-Việt, vào các thời kỳ Cuộc kháng chiến chống Pháp, thời kỳ xây dựng chủ nghĩa xã hội và thời kỳ cuộc kháng chiến chống Mỹ cứu nước của nhân dân Việt Nam, Trung Quốc từng nhiều lần cử các cán bộ quân sự và cán bộ kỹ thuật sang Việt Nam giúp đỡ công việc. Nhiều đoàn đại biểu và các cá nhân cũng thường nhận lời mời sang thăm hữu nghị Việt Nam. Đối với các đồng chí Trung Quốc công tác tại Việt Nam Hồ Chủ tịch luôn luôn dành cho họ sự tin cậy chính trị cao độ, thường cùng các đồng chí Trung Quốc nghiên cứu công việc, tôn trọng ý kiến kiến nghị của các đồng chí Trung Quốc, khẳng định và biểu dương thành tích công tác của các đồng chí Trung Quốc. Về mặt sinh hoạt đời sống Người luôn dành cho các đồng chí Trung Quốc sự quan tâm chu đáo, thường xuyên đến nơi nghỉ chân thăm hỏi tặng quà cho các đồng chí Trung Quốc; đối với các đồng chí lãnh đạo Trung Quốc sang thăm Việt Nam Người thường đích thân ra sân bay đón và tiễn chân; đối với các đoàn đại biểu và các nhân viên hữu quan Người cũng đều nhiệt tình tiếp đón, luôn cố gắng sắp xếp tiếp đón, tọa đàm, chụp ảnh lưu niệm. Trên thế giới này không một lãnh tụ quốc gia nào có thể như Chủ tịch Hồ Chí Minh tiếp đón nhiều đồng chí Trung Quốc đến thăm như vậy.

Tình cảm hữu nghị của Hồ Chủ tịch với nhân dân Trung Quốc còn thể hiện về mặt yêu thích văn hóa Trung Quốc và sự gắn bó sâu đượm của Người với văn hóa Trung Quốc. Người am hiểu sâu sắc mối liên hệ văn hóa chặt chẽ trong lịch sử quan hệ hai nước Trung-Việt. Người sành sỏi về tiếng Hán và có thể sử dụng phương ngôn một số địa phương Trung Quốc, Người còn dùng tiếng Hán để làm thơ văn và viết bài. Trong quá trình hoạt động cách mạng, đi thăm hữu nghị và giao lưu với nhân dân Trung Quốc Người đã để lại nhiều tác phẩm thơ văn, thư từ, lời đề bằng chữ Hán. Trong thơ văn, bài viết và nói chuyện của mình Người tiếp thụ tinh hoa văn hóa truyền thống Trung Quốc, trích dẫn và mượn những câu thơ từ cổ nổi tiếng vận dụng một cách hết sức chuẩn mực. Tất cả những điều đó càng thêm gắn bó tình cảm của Người với nhân dân Trung Quốc, khiến nhân dân Trung Quốc luôn cảm nhận được sự gần gũi gắn bó khăng khít.

Suốt cuộc đời mình Hồ Chủ tịch luôn dốc sức vun xới và truyền bá tình hữu nghị Việt-Trung. Trong nhiều trường hợp công khai Người đã dùng nhiều ngôn từ hết sức tốt đẹp để ngợi ca mối tình hữu nghị Việt-Trung có lịch sử lâu dài và vững chắc như bàn thạch. Ngày 1 tháng 7 năm 1961, đúng dịp kỷ niệm 40 năm thành lập Đảng Cộng sản Trung Quốc, Hồ Chủ tịch đã đăng bài "Cách mạng Trung Quốc và cách mạng Việt Nam – Chào mừng kỷ niệm 40 năm thành lập Đảng Cộng sản Trung Quốc" trên Báo Nhân dân Việt Nam (bài báo được dịch thành tiếng Trung và đăng trên "Nhân dân Nhật báo" Trung Quốc ngày 3 tháng 7 năm 1961). Trong bài báo này sau khi nhìn lại sự viện trợ giúp đỡ của Trung Quốc đối với Việt Nam Người nêu rõ: "*Mối quan hệ giữa cách mạng Trung Quốc với cách mạng Việt Nam thật là Trăm ơn ngàn nghĩa vạn tình, Tinh thần hữu nghị quang vinh muôn đời!*" Tháng 5 năm 1963, Chủ tịch nước Trung Quốc Lưu Thiếu Kỳ sang thăm Việt Nam, Hồ Chủ tịch đích thân ra sân bay Hà Nội đón đoàn và đã phát biểu nói chuyện tràn đầy nhiệt tình. Hồ Chủ tịch nói: "Hôm nay, nhân dân Việt Nam mang theo tình cảm chân thành sâu sắc chào mừng Chủ tịch Lưu Thiếu Kỳ," tiếp đó Người đã đọc câu thơ mà mình sáng tác, "Đến bây giờ mới thấy đây, Mà lòng đã chắc những ngày một hai. Mối tình thắm thiết Việt Hoa, Vừa là đồng chí vừa là anh em", và từ đó câu thơ ngợi ca mối tình hữu nghị Trung-Việt thắm thiết đã trở thành câu danh ngôn lưu truyền bao thế hệ. Tháng 9 năm 1967, Hồ Chủ tịch sang Bắc Kinh Trung Quốc điều trị. Ngày 1 tháng 10 là kỷ niệm 18 năm thành lập Nước Cộng hòa Nhân dân Trung Hoa, trong nguyệt san "Tin Việt Nam" số tháng 10 Người đã đăng bài viết với tựa đề "Mối tình thắm thiết Việt Hoa, Vừa là đồng chí vừa là anh em", chúc mừng những thành tựu mà Trung Quốc giành được và ngợi ca mối tình hữu nghị Trung-Việt. Trong bài này Hồ Chủ tịch viết rằng: "Nhân dân Việt Nam hết sức lấy làm tự hào bởi có người anh em láng giềng hữu nghị gần gũi chân thành đồng cam cộng khổ là nhân dân Trung Quốc. Chúng ta sẽ quyết tâm vun xới cho mối tình hữu nghị Việt-Trung vừa là đồng chí vừa là anh em mãi mãi xanh tươi." Mùa xuân năm 1968, trong thời gian điều trị tại Bắc Kinh Trung Quốc Người đã dùng chữ Hán đề từ câu "Mối tình hữu nghị Việt-Trung mãi mãi xanh tươi". Dòng chữ vàng chói lọi này cũng như câu nói "Mối tình thắm thiết Việt Hoa, vừa là đồng chí vừa là anh em" của Người đã trở thành câu danh ngôn ngàn năm trong lịch sử quan hệ hữu nghị Trung-Việt.

Nói tóm lại, Chủ tịch Hồ Chí Minh thực sự là người đã dày công vun xới cho vườn hoa hữu nghị của nhân dân hai nước Trung-Việt. Sự thật sinh động về Hồ Chủ tịch suốt đời vun xới và truyền bá cho mối tình hữu nghị Trung-Việt cũng chính là nguồn tài sản tinh thần quý báu mà Người để lại cho nhân dân hai nước Trung-Việt, sẽ mãi mãi lưu tồn sử xanh, truyền lại cho thế hệ mai sau, mang giá trị quan trọng về mặt giáo dục và khích lệ cho các thế hệ tiếp theo.

Viện Khoa học Xã hội Quảng Tây là cơ quan chủ yếu về dịch vụ nghiên cứu Việt Nam và lịch sử quan hệ Trung- Việt. "Hồ Chí Minh và mối tình hữu nghị Trung-Việt" là đề tài nghiên cứu thế mạnh của Viện chúng tôi. Từ năm 1995 đến năm 2010, Viện Khoa học Xã hội Quảng Tây đã lập dự án nghiên cứu riêng hay hợp tác với các đơn vị anh em phụ trách biên soạn các tập sách ảnh "Chủ tịch Hồ Chí Minh với Trung Quốc", "Hồ Chí Minh với Quảng Tây", "Mao Trạch Đông và Hồ Chí Minh", "Hồ Chí Minh với Quảng Đông Hồng Kông". Những tập sách ảnh này đã từng phát huy vai trò tích cực trong việc tăng cường giao lưu và hợp tác hữu nghị. Thế nhưng bởi do những tập sách đã được biên soạn từ thời gian rất sớm, nay lượng tồn kho đã không còn. Hơn nữa mỗi tập sách đều có phần nhấn mạnh về khía cạnh nội dung biên soạn riêng và tồn tại khiếm khuyết về mặt phản ánh toàn diện việc Chủ tịch Hồ Chí Minh suốt đời kiên trì vun xới cho mối tình hữu nghị Trung-Việt. Vì vậy Viện Khoa học Xã hội Quảng Tây quyết định phát huy thế mạnh nghiên cứu sẵn có của bản thân, tổ chức chuyên gia có thẩm quyền dẫn đầu bắt tay vào việc biên soạn tập sách ảnh lớn mang tính tổng hợp, ghi lại một cách hệ thống và toàn diện sự việc sinh động Chủ tịch Hồ Chí Minh đã dày công vun xới cho vườn hoa hữu nghị Trung-Việt. Về mặt nội dung Tập sách ảnh "Hồ Chí Minh với tình hữu nghị Trung-Việt" mới biên soạn gồm 3 phần: 1. Hồ Chí Minh hoạt động Cách mạng tại Trung Quốc ; 2. Tình cảm hữu nghị sâu nặng của Hồ Chí Minh đối với nhân dân Trung Quốc; 3. Hồ Chí Minh với văn hóa Trung Quốc.Tập sách ảnh này đã nhuần nhuyễn những tập sách ảnh do Viện chúng tôi biên soạn trước đó, về giàn khung đã tiến hành sự thiết kế và sắp xếp nội dung càng thêm khoa học, tiến hành sàng lọc và bổ sung đối với những tranh ảnh và dữ liệu 4 tập sách trước đã sử dụng nhằm thể hiện một cách hoàn chỉnh hơn, hệ thống hơn và toàn diện hơn những sự kiện lịch sử trong suốt cuộc đời của Chủ tịch Hồ Chí Minh đã dốc lòng vun xới cho mối tình hữu nghị Trung-Việt, nêu bật chủ đề Tình hữu nghị Trung-Việt. Lời trình bày của phần bìa, lời nói đầu, lời người soạn, các phần giới thiệu cũng như phần ghi chú ảnh của toàn tập sách ảnh đều được trình bày theo phương thức đối chiếu 2 thứ tiếng Trung và Việt, để tiện cho bạn đọc hai nước xem đọc.

Giờ đây, hai nước Trung-Việt đang dốc sức xúc tiến hành công cuộc cải cách mở cửa (đổi mới) và công cuộc hiện đại hóa xã hội chủ nghĩa và cũng đang cùng đứng trước tình hình quốc tế đa biến phức tạp. Bởi vậy, xúc tiến mối tình hữu nghị truyền thống giữa nhân dân hai nước, củng cố quan hệ láng giềng hữu nghị, thúc đẩy hợp tác giữa hai bên Trung-Việt không ngừng phát triển đã trở thành nhiệm vụ hết sức quan trọng. Chính vì vậy mà những năm gần đây lãnh đạo hai Đảng hai nước đã cùng nêu ra rằng, mối tình hữu nghị Trung-Việt do lớp lãnh đạo tiền bối đích thân gây dựng và dày công vun xới cần phải được kế thừa tốt, giữ gìn tốt và phát triển tốt. Thanh niên là tương lai và niềm hy vọng của đất nước, mối tình hữu nghị truyền thống Trung-Việt cần phải được sự kế thừa của lớp trẻ. Bác Hồ đi xa đã hơn nửa thế kỷ, lớp trẻ trưởng thành giờ đây của hai nước Trung-Việt chưa hiểu biết nhiều đối với những sự thật lịch sử về Hồ Chủ tịch và lớp lãnh đạo tiền bối hai nước Trung-Việt đã dày công vun xới cho mối tình hữu nghị giữa hai nước. Tập sách ảnh "Hồ Chí Minh với tình hữu nghị Trung-Việt" được xuất bản thực sự là cuốn sách giáo khoa sinh động dành cho các bạn trẻ. Nhân dân hai nước Trung-Việt nhất là các bạn trẻ hai nước sẽ qua tập sách ảnh này mà tìm hiểu và học hỏi noi dõi tấm gương sáng cũng như tinh thần của Hồ Chủ tịch đã dày công vun xới cho mối tình hữu nghị Trung-Việt, qua đó mà hiểu biết và dành được những khơi gợi mới. Và rồi càng tràn đầy niềm tin tiếp nhận truyền thống hữu nghị từ lớp lãnh đạo tiền bối để kế thừa, tôn vinh và phát triển mối tình hữu nghị Trung-Việt, góp sức cho mối tình hữu nghị đó mãi mãi xanh tươi, đời đời bền vững!

Viện Khoa học Xã hội Quảng Tây Trung Quốc

Tháng 2 năm 2023

第一部分

胡志明
在中国的革命活动

Phần thứ nhất
Hồ Chí Minh hoạt động
Cách mạng tại Trung Quốc

概　述

胡志明与中国共产党人的交往很早就开始了。20 世纪 20 年代初胡志明在巴黎的时候，就结识了周恩来、李富春、蔡畅、赵世炎等中国共产党早期党员并建立了友谊。胡志明还介绍赵世炎、陈延年、陈乔年、王若飞、萧三加入法国共产党。后来胡志明在莫斯科东方大学，又结识了在这里学习的中国共产党党员张太雷等人。1924 年 12 月，胡志明来到中国大革命的中心——广州。用他自己的话来说是“一面注意着本国的革命运动，一面参加中国共产党的活动”。胡志明的公开身份是孙中山的苏联顾问鲍罗庭的翻译。在广州，胡志明在中国共产党的帮助下，将早先来到这里的越南革命者所建立的团体“心心社”加以改造，创立了越南青年革命同志会这一共产主义组织。越南青年革命同志会编辑出版了《青年》报，自 1925 年 6 月至 1927 年 4 月共出版了 88 期，成为宣传越南革命的重要舆论阵地。为了培训越南革命骨干，自 1925 年下半年到 1927 年初，胡志明在广州举办了三期特别政治训练班，先后有 70 多名越南青年参加训练。胡志明亲自为训练班授课，并将讲稿汇编成《革命之路》一书。胡志明在广州的革命活动，得到中国共产党的支持和帮助。周恩来、刘少奇、李富春、陈延年、张太雷、彭湃等同志都曾到越南特别政治训练班讲课。当时，中国共产党广东区委领导下的各个革命团体，经常举行集会，邀请党的负责同志作报告。其中不少活动也都邀请特别政治训练班的越南同志参加。毛泽东在广州举办的农民运动讲习所，也邀请越南训练班学员参加旁听，并在讲习所食堂搭伙。训练班的活动场所和所需经费，也由中国各个革命团体提供赞助。当时在广州的周恩来、李富春、陈延年、张太雷等同志，都是胡志明旅欧时期就认识的老朋友，如今又在一起干革命工作，彼此感情更加深厚。周恩来当时任中国共产党广东区委委员长，兼黄埔军校政治部主任。利用这个条件，胡志明选派了一些越南青年到黄埔军校学习军事。黎鸿峰、黎广达、武鸿英、张云岭等越南老一辈革命家就是黄埔军校的越南学员。胡志明在广州的时候，非常关注中国的革命形势，并以实际行动支持了中国大革命。当时，中国共产党为加强与东方各个被压迫国家的联系，推动共同的反帝反殖斗争，曾于 1925 年夏天在广州发起成立一个国际团体——被压迫民族联合会。胡志明积极参加该团体的筹备工作，并成为执委会成员，兼任所属安南支部负责人，后来还负责该团体的财务工作。“省港大罢工”在广州爆发期间，胡志明以被压迫民族联合会会员的名义，到罢工委员会宣传部报名参加演讲队，到罢工工人集会场所发表演讲，鼓励工人坚持斗争。1926年初，中国国民党在广州召开“二大”，胡志明化名“王达人”，列席会议并发表演讲，控诉法国殖民者在越南的罪行，请求中国国民党按照孙中山关于扶持弱小民族的教导，帮助越南革命。胡志明当时用法文演讲，由胡志明在法国时就认识的老朋友李富春担任翻译。在广州，胡志明写下许多理论研究文章。其中的不少文章与越南青年革命同志会编辑的《青年》报、胡志明在广州汇编出版的《革命之路》一书一起，在中国共产党领导的海员工会的帮助下，通过轮船秘密送回越南，对越南革命起到了重要的指导作用。1927年4月，蒋介石集团公开叛变革命，胡志明离开广州回到莫斯科。留在广州的越南青年革命同志会成员，一部分转移到香港和上海进行革命活动，一部分参加了1927年12月的“广州起义”，同中国共产党人并肩战斗。起义失败后，部分越南同志跟随中国共产党的武装队伍转战东江游击根据地，随后进入中央苏区，继续为中国革命贡献力量。

胡志明在广州成立的越南青年革命同志会和开办的特别政治训练班，促进了越南国内革命运动的蓬勃开展。到1929年下半年，在越南北部、中部和南部，都成立有共产主义组织。根据共产国际的指示，胡志明于1930年初来到中国香港，在这里召开会议，将越南国内三个共产主义组织统一为一个共产党组织。在中国共产党在香港的秘密组织的帮助下，胡志明在香港九龙谭公道租住了一间屋子，作为召开党的成立会议的场所。越南国内三个共产主义组织的代表到达香港后，胡志明以共产国际代表的身份主持党的成立会议。代表们在胡志明住所一边假装“打麻将”，一边开会，有时他们又来到九龙宋王台海边，装扮成游客开会。1930年2月3日，越南共产党在香港宣告成立。越南共产党成立后，胡志明继续在香港进行革命活动，常常给共产国际和越南国内发去信函，报告越南国内情况，指导越南国内革命运动。胡志明还曾从香港赶到上海，指导越南共产党在上海法租界秘密组织的活动。1931年6月，胡志明在香港被与法国驻越南殖民当局勾结的港英当局逮捕。后经中国共产党请求红色国际救助会协调救援，聘请了在香港的进步律师罗士比为胡志明多方辩护，使得胡志明恢复自由。胡志明化装乘船自香港到上海，随后在孙中山夫人宋庆龄的帮助下，取道符拉迪沃斯托克回到莫斯科。

1938年年底，胡志明自莫斯科来到陕北延安，随后在中国共产党中央委员会（以下简称“中共中央”）安排下，自延安南下至广西桂林。胡志明化名“胡光”，以八路军军人的身份，住在八路军桂林办事处市郊路莫村驻地，在八路军桂林办事处机关救亡室工作。八路军桂林办事处的交通员从越南海防带回一台法文打字机，送给胡志明使用。在中国抗日战争期间，胡志明随身带着这台打字机，写下许多文稿，发给共产国际的刊物或寄回国内，在越南共产党领导的报刊上发表。1939年夏天，胡志明从桂林到湖南衡山，参加国共合作举办的西南游击干部训练班的学习训练，从中学到了中国共产党开展抗日敌后游击战的做法，为日后用于越南革命积累了经验。1940年，胡志明自桂林到昆明、贵阳、重庆等地活动。在昆明，胡志明在中国共产党在云南的组织的帮助下，与越南共产党“海外部”的同志接上了关系。胡志明于是在昆明及滇越铁路沿线指导越南共产党秘密组织的活动。1940年10月，胡志明作出决定，越南共产党“海外部”同志全部转移到桂林，然后再转移至广西的中越边境地区，伺机回国直接发动武装斗争。在桂林，胡志明布置越南共产党人员成立了“越盟”办事处，并与中国文化界人士商议成立了“中越文化工作同志会”，作为对外宣传的掩护机构。1940年11—12月，胡志明以“平山”的笔名，在中国共产党领导的《救亡日报》上发表10多篇文章，支持中国人民的抗日战争和世界反法西斯战争，宣传越南人民的抗法抗日斗争。1940年12月，胡志明率所有在桂林的越南共产党人员转移至很早就有越南革命者活动的靖西县，将原设于桂林的“越盟”办事处改设在靖西县城。1941年1月，胡志明在靖西县壮族农民的帮助下，在紧靠中越边境的葛吞乡念光屯举办越南干部培训班。来自越南高平省等地的40多名青年参加训练。胡志明亲自为训练班学员讲课。训练班结束后，所有学员被派回越南基层，发动群众开展抗法抗日斗争。胡志明和几位战友也于1941年1月28日，自靖西边境旧108号界碑处返回越南高平省北坡，在这里建立越南共产党中央领导机关。此后，胡志明又不时越过边界，来到靖西县和龙州县进行革命活动。靖西县、龙州县好几个村屯，都有胡志明所结识的壮族农民的家，作为胡志明可靠的落脚点。靖西农民还物色了一些比较隐蔽的岩洞，供胡志明小住和休息。1941年5月，胡志明在越南北坡主持了越南共产党中央八次会议。会议结束后，胡志明又来到靖西，于6月6日撰写了《告越南同胞书》，号召越南民众团结在“越盟”阵线的周围，积极开展反法抗日的游击战。胡志明还在靖西加紧对越南革命骨干进行军事训练。1942年8月下旬，胡志明在靖西县巴蒙乡青年农民杨涛的陪同下前往重庆。两人走到天保县（今德保县）足荣乡时，遭到乡警扣留。两人先是被押回天保县城及靖西行署，然后被辗转押解，最后被送到柳州第四战区政治部关押审查。胡志明在各地被关押的一年多时间里，创作了130多首狱中诗，在柳州将其编成《狱中日记》诗集。1943年9月，胡志明恢复自由，为他带路的靖西农民杨涛则在狱中患病牺牲。随后胡志明应第四战区邀请，参加了在柳州越南各党派团体组成的“越南革命同盟会”代表大会的筹备工作，并向在第四战区集训的一批越南青年作越南革命形势的报告。1944年8月，胡志明经第四战区批准，从在柳州集训的越南青年中挑选了18人，将他们带往龙州，然后回国。在龙州期间，胡志明曾在他所结识的壮族农民家落脚，并在越南共产党设于龙州县城南街的秘密联络点召集在龙州的越南共产党成员开会，布置了之后一段时间的工作计划。

1944年9月，胡志明回到越南北坡根据地。由于长期狱中生活的折磨，胡志明身体十分虚弱。越南共产党中央将其安置在离北坡不远的广西那坡县平孟乡弄依屯。胡志明与警卫员住在弄依屯村民家中，生活上得到村民多方照顾。胡志明在这里一边工作，一边疗养。为了胡志明的安全，村民又在该村后山丛林中搭建了一所茅屋，供胡志明小住，由村民轮流为他送去食物和中草药。胡志明在村里和丛林中住了4个多月，然后回到越北根据地。1945年8月，利用日本投降的有利条件，胡志明和越南共产党领导了“八月总起义”并取得成功。1945年9月2日，胡志明在河内巴亭广场发表《独立宣言》。越南宣告独立，越南民主共和国宣告成立。

Sơ lược

Sự giao tiếp giữa Hồ Chí Minh với những người Cộng sản Trung Quốc bắt đầu từ rất sớm. Đầu thập kỷ 20 thế kỷ XX khi ở Paris Người đã quen biết với các Đảng viên thời kỳ đầu của Đảng Cộng sản Trung Quốc như Chu Ân Lai, Lý Phú Xuân, Thái Sướng, Triệu Thế Viêm v.v...Hồ Chí Minh còn giới thiệu cho Triệu Thế Viêm, Trần Diên Niên, Trần Kiều Niên, Vương Nhược Phi, Tiêu Tam tham gia Đảng Cộng sản Pháp. Về sau tại Trường Đại học Đông phương Moscow Người lại quen biết Trương Thái Lôi và các Đảng viên Cộng sản Trung Quốc khác đang theo học tại Trường. Tháng 12 năm 1924, Hồ Chí Minh đến Quảng Châu nơi trung tâm cách mạng Trung Quốc thời đó. Dùng lời thuật kể của Người thì "một mặt chăm chú theo dõi phong trào cách mạng trong nước, một mặt tham gia các hoạt động của Đảng Cộng sản Trung Quốc". Hồ Chí Minh giữ tư cách công khai là phiên dịch của Bôrôđin cố vấn Liên Xô của ông Tôn Trung Sơn. Tại Quảng Châu, dưới sự giúp đỡ của Đảng Cộng sản Trung Quốc, Hồ Chí Minh đã tiến hành cải tổ đối với "*Tâm Tâm Xã*" một tổ chức được những người cách mạng Việt Nam thời kỳ đầu tại Quảng Châu thành lập và đã sáng lập nên tổ chức Cộng sản mang tên *Việt Nam Thanh niên Cách mạng Đồng chí hội*. Việt Nam Thanh niên Cách mạng Đồng chí hội đã biên soạn và xuất bản Báo "*Thanh niên*", từ tháng 6 năm 1925 đến tháng 4 năm 1927 đã xuất bản được 88 số, trở thành trận địa ngôn luận quan trọng tuyên truyền cho cách mạng Việt Nam. Để đào tạo lực lượng cốt cán cho cách mạng Việt Nam từ nửa cuối năm 1925 đến đầu năm 1927, Hồ Chí Minh đã tổ chức 3 kỳ *Lớp huấn luyện chính trị đặc biệt* tại Quảng Châu, lần lượt có hơn 70 thanh niên Việt Nam tham gia đào tạo. Hồ Chí Minh đích thân đến giảng bài và biên soạn nội dung những bài giảng thành cuốn sách "Đường Kách mệnh". Hoạt động cách mạng tại Quảng Châu của Hồ Chí Minh đã được sự ủng hộ và giúp đỡ của Đảng Cộng sản Trung Quốc. Chu Ân Lai, Lưu Thiếu Kỳ, Lý Phú Xuân, Trần Diên Niên, Trương Thái Lôi, Bành Bái và các đồng chí khác đã đến *Lớp huấn luyện chính trị đặc biệt* giảng bài. Lúc bấy giờ các đoàn thể cách mạng dưới sự lãnh đạo của Khu ủy Quảng Đông Đảng Cộng sản Trung Quốc thường xuyên tổ chức mít tinh, mời các đồng chí phụ trách trong Đảng đến làm báo cáo. Trong đó không ít những hoạt động đều đã mời các đồng chí trong Lớp huấn luyện chính trị đặc biệt Việt Nam tham dự. Đồng chí Mao Trạch Đông tổ chức *Trường giảng giải học tập Phong trào nông dân tại Quảng Châu* cũng mời các học viên của Lớp huấn luyện chính trị đặc biệt Việt Nam đến dự thính và ăn cơm chung ngay trong nhà ăn của *Trường*. Nơi chốn và kinh phí cho hoạt động của Lớp huấn luyện đều do các đoàn thể cách mạng Trung Quốc cung cấp và tài trợ. Tại Quảng Châu lúc bấy giờ các đồng chí Chu Ân Lai, Lý Phú Xuân, Trần Diên Niên, Trương Thái Lôi đều là bạn cũ đã quen biết Hồ Chí Minh từ thời kỳ còn ở châu Âu, giờ đây lại cùng nhau làm công việc cách mạng, tình cảm càng thêm sâu đậm. Lúc đó Chu Ân Lai là Ủy viên trưởng Khu ủy Quảng Đông Đảng Cộng sản Trung Quốc kiêm Chủ nhiệm Bộ Chính trị *Trường Quân sự Hoàng Phố* (Hoàng Phố Quân hiệu). Tận dụng điều kiện có lợi này Hồ Chí Minh đã chọn cử một số thanh niên Việt Nam đến theo học quân sự tại Trường Quân sự Hoàng Phố. Lớp các nhà các mạng lão thành Việt Nam như Lê Hồng Phong, Lê Quảng Đạt, Lê Hồng Anh, Trương Vân Lĩnh v.v... là các học viên của Trường Quân hiệu Hoàng Phố thời đó. Khi ở Quảng Châu Hồ Chí Minh hết sức chăm chú theo dõi tình hình cách mạng Trung Quốc và ủng hộ Đại cách mạng Trung Quốc bằng hành động thực tế của mình. Nhằm tăng cường mối liên hệ với các quốc gia bị áp bức ở phương Đông, xúc tiến cuộc đấu tranh chung chống đế quốc, mùa hè năm 1925 tại Quảng Châu Đảng Cộng sản Trung Quốc đã khởi xướng thành lập đoàn thể quốc tế mang tên *Hội Liên hiệp các dân tộc bị áp bức*. Hồ Chí Minh tích cực tham gia công tác trù bị và trở thành thành viên Ban chấp hành Hội kiêm người phụ trách Chi bộ An Nam của Hội, về sau còn đảm trách công việc tài vụ của tổ chức này. Trong thời gian *Cuộc bãi công lớn Quảng Đông-Hồng Kông* Hồ Chí Minh đã nhân danh Hội Liên hiệp các dân tộc bị áp bức đến Ban Tuyên truyền của Ủy ban tổ chức bãi công ghi tên tham gia đội diễn thuyết, rồi phát biểu diễn thuyết trên buổi mít tinh của cuộc bãi công, khích lệ anh em công nhân kiên trì đấu tranh. Đầu năm 1926, Quốc dân đảng Trung Quốc triệu tập "Đại hội lần thứ II" tại Quảng Châu, Hồ Chí Minh lấy bí danh Vương Đạt Nhân dự thính Hội nghị và phát biểu diễn thuyết, vạch trần tội ác của thực dân Pháp tại Việt Nam, nêu ra với Quốc dân đảng Trung Quốc giúp đỡ cách mạng Việt Nam thể theo lời cặn dặn về giúp đỡ các dân tộc nhỏ yếu của ông Tôn Trung Sơn. Lúc bấy giờ Hồ Chí Minh diễn thuyết bằng tiếng Pháp và nhờ người bạn cũ quen biết từ thời còn ở Pháp ông Lý Phú Xuân làm phiên dịch. Khi ở Quảng Châu Hồ Chí Minh đã viết nhiều bài nghiên cứu lý luận. Qua sự giúp đỡ của Công đoàn Thủy thủ dưới sự lãnh đạo của Đảng Cộng sản Trung Quốc không ít những bài viết này cùng với Báo "*Thanh niên*" do *Việt Nam Thanh niên Cách mạng đồng chí hội* biên soạn và cuốn sách "Đường Kách mệnh" do Người biên soạn tại Quảng Châu đã qua những chuyến tàu mà được bí mật chuyển về Việt Nam, phát huy vai trò quan trọng chỉ đạo cách mạng trong nước. Tháng 4 năm 1927, tập đoàn Tưởng Giới Thạch công khai phản bội cách mạng, Hồ Chí Minh rời Quảng Châu về Moscow. Một số các thành viên của *Việt Nam Thanh niên Cách mạng Đồng chí hội* ở lại Quảng Châu, có người chuyển sang Hồng Kông và Thượng Hải tiếp tục hoạt động cách mạng, một số thì tham gia cuộc "*Khởi nghĩa Quảng Châu*" tháng 12 năm 1927, sát cánh chiến đấu với những người Cộng sản Trung Quốc. Sau ngày cuộc khởi nghĩa thất bại, một số đồng chí Việt Nam đã tham gia đội ngũ vũ trang cách mạng do Đảng Cộng sản Trung Quốc lãnh đạo chiến đấu tại vùng căn cứ du kích Đông Giang, về sau tiến vào Khu Xô-viết Trung ương, tiếp tục đóng góp cho công cuộc cách mạng Trung Quốc.

Việc Hồ Chí Minh thành lập *Việt Nam Thanh niên Cách mạng đồng chí hội* và tổ chức lớp Huấn luyện chính trị đặc biệt tại Quảng Châu đã xúc tiến phong trào cách mạng trong nước Việt Nam phát triển sôi nổi. Đến nửa cuối năm 1929, các vùng Bắc bộ, Trung bộ và Nam bộ Việt Nam đã lập nên các tổ chức Cộng sản. Theo chỉ thị của Quốc tế Cộng sản Hồ Chí Minh đã đến Hồng Kông Trung Quốc để triệu tập hội nghị hợp nhất 3 tổ chức cộng sản lại thành một Đảng Cộng sản thống nhất. Được sự giúp đỡ của tổ chức bí mật tại Hồng Kông của Đảng Cộng sản Trung Quốc, Hồ Chí Minh đã ở vào một căn nhà thuê tại Đàm Công Đạo Cửu Long Hồng Kông và đây cũng là nơi tổ chức Hội nghị thành lập Đảng. Sau khi đại biểu của 3 tổ chức cộng sản Việt Nam ở trong nước đến Hồng Kông, Hồ Chí Minh với tư cách đại diện của Quốc tế Cộng sản đã chủ trì Hội nghị thành lập Đảng. Trong căn nhà nơi ở của Hồ Chí Minh Hội nghị được ngụy trang bằng hình thức "đánh mạt chược", vừa đánh mạt chược đôi khi mọi người lại dạo bước đến bên bờ biển tại Tống Vương Đài ở Cửu Long giả danh du khách để tiếp tục cuộc họp. Ngày 3 tháng 2 năm 1930, Đảng Cộng sản Đông Dương (tức Đảng Cộng sản Việt Nam ngày nay) chính thức thành lập. Sau khi Đảng Cộng sản Đông Dương thành lập, Hồ Chí Minh đã ở lại Hồng Kông tiếp tục hoạt động cách mạng, Người thường xuyên thư từ với Quốc tế Cộng sản và trong nước vừa báo cáo tình hình trong nước lại vừa chỉ đạo phong trào cách mạng trong nước. Hồ Chí Minh còn từ Hồng Kông đến Thượng Hải chỉ đạo cơ sở Đảng Việt Nam đang hoạt động cách mạng bí mật tại tô giới Pháp ở Thượng Hải. Tháng 6 năm 1931, tại Hồng Kông Hồ Chí Minh bị đương cục Anh tại Hồng Kông câu kết với nhà cầm quyền thực dân Pháp tại Việt Nam bắt giữ. Sau được Đảng Cộng sản Trung Quốc nhờ Hội Quốc tế cứu tế Đỏ dàn xếp cứu viện, cho mời luật sư tiến bộ tại Hồng Kông Rô-si-bi cãi hộ và các bên giúp đỡ mà cuối cùng Hồ Chí Minh được trả lại tự do. Hồ Chí Minh hóa trang rồi đáp tàu từ Hồng Kông đến Thượng Hải, sau đó được sự giúp đỡ của phu nhân Tôn Trung Sơn bà Tống Khánh Linh mà ghé chân qua Vla-đi-vô-xtốc về tới Moscow.

Cuối năm 1938, Hồ Chí Minh từ Moscow đến Diên An ở miền Bắc tỉnh Thiểm Tây. Sau đó dưới sự sắp xếp của Trung ương Đảng Cộng sản Trung Quốc, Người đã từ Diên An đi về phía Nam đến thành phố Quế Lâm Quảng Tây. Lúc này Người lấy danh nghĩa là sĩ quan Bát Lộ Quân và bí danh là Hồ Quang trú đóng tại Văn phòng Đại diện Bát Lộ Quân Quế Lâm ở Mạc Thôn đường Bắc Giao trong thành phố và làm việc trong Văn phòng Cứu vong của Trụ sở văn phòng đại diện Bát Lộ Quân. Các đồng chí giao liên của Văn phòng Đại diện Bát Lộ Quân Quế Lâm đã từ Hải Phòng Việt Nam đem về chiếc máy đánh chữ tặng cho Hồ Chí Minh sử dụng. Vào thời kỳ cuộc kháng chiến chống Nhật tại Trung Quốc Hồ Chí Minh luôn mang theo mình chiếc máy đánh chữ này và đã viết nhiều bài gửi Quốc tế Cộng sản và các báo cùng tập san cũng như gửi về đăng in trên các báo và tập san của Đảng ở trong nước. Mùa hè năm 1939, Hồ Chí Minh từ Quế Lâm đến Hằng Sơn tỉnh Hồ Nam tham gia *Lớp huấn luyện Cán bộ du kích vùng Tây Nam* do Quốc dân đảng và Đảng Cộng sản cùng tổ chức, qua đó học hỏi được những phương cách trong chiến tranh du kích mà Đảng Cộng sản Trung Quốc đã triển khai tại vùng địch hậu, tích lũy kinh nghiệm để chỉ đạo cách mạng Việt Nam sau này. Những năm 1940, Hồ Chí Minh đã từ Quế Lâm đến Côn Minh, Quý Dương, Trùng Khánh và một số địa phương khác triển khai hoạt động. Tại Côn Minh được sự giúp đỡ của cơ sở tỉnh Vân Nam Đảng Cộng sản Trung Quốc Hồ Chí Minh đã bắt liên lạc được với các đồng chí trong "Ban hải ngoại" Đảng Cộng sản Việt Nam. Vậy là Người đã chỉ đạo cho hoạt động bí mật của tổ chức Đảng Việt Nam tại Côn Minh và dọc theo tuyến đường sắt Vân Nam – Việt Nam. Tháng 10 năm 1940, Hồ Chí Minh quyết định các đồng chí trong "Ban hải ngoại" hoàn toàn chuyển về Quế Lâm rồi sau đó lại chuyển về vùng biên giới Trung-Việt khu vực Quảng Tây, tìm thời cơ về nước phát động đấu tranh vũ trang. Tại Quế Lâm Người đã bố trí cho những người Cộng sản Việt Nam thành lập Văn phòng "*Việt Minh*" và bàn bạc với nhân sĩ giới văn hóa Trung Quốc thành lập "*Hội đồng chí công tác văn hóa Trung-Việt*" để yểm trợ cho hoạt động tuyên truyền bên ngoài. Từ tháng 11 đến tháng 12 năm 1940, Hồ Chí Minh lấy bút danh "Bình Sơn" đã phát biểu hơn 10 bài viết đăng trên "*Cứu vong Nhật báo*" do Đảng Cộng sản Trung Quốc lãnh đạo, ủng hộ cuộc kháng chiến chống Nhật của nhân dân Trung Quốc và cuộc đấu tranh chống phát xít trên thế giới, tuyên truyền cho đấu tranh chống Pháp và chống Nhật của nhân dân Việt Nam. Tháng 12 năm 1940, Hồ Chí Minh đã đưa tất cả các nhân viên công tác của Đảng Cộng sản Việt Nam tại Quế Lâm về huyện Tĩnh Tây nơi đã sớm có hoạt động của những người cách mạng Việt Nam, và Văn phòng "*Việt Minh*" tại Quế Lâm vốn có cũng được dọn tới huyện lỵ Tĩnh Tây để triển khai hoạt động cách mạng. Tháng 1 năm 1941, được sự giúp đỡ của những người nông dân dân tộc Choang tại Tĩnh Tây Hồ Chí Minh đã tổ chức Lớp đào tạo cán bộ Việt Nam tại bản Nậm Quang xã Cát Thốn trên vùng biên giới Trung-Việt. Hơn 40 thanh niên đến từ tỉnh Cao Bằng và các nơi khác Việt Nam đã tham gia đào tạo. Tại đây, Hồ Chí Minh đã đích thân giảng bài cho các học viên. Sau khi Lớp đào tạo kết thúc, tất cả các học viên đã được cử về các cơ sở ở trong nước phát động nhân dân vùng lên triển khai cuộc đấu tranh chống Pháp chống Nhật. Ngày 28 tháng 1 năm 1941, Hồ Chí Minh cùng với một số các bạn chiến đấu của mình đã từ cột mốc biên giới 108 cũ về tới Pắc Bó tỉnh Cao Bằng Việt Nam, và thiết lập Cơ quan lãnh đạo Trung ương Đảng Cộng sản Việt Nam. Từ đó về sau Người lại nhiều lần vượt qua biên giới đến các huyện Tĩnh Tây và Long Châu tiến hành hoạt động cách mạng. Một số các bản làng thuộc huyện Tĩnh Tây và Long Châu đã chọn các hang đá tương đối kín đáo để Người trú chân và nghỉ ngơi khi qua lại. Tháng 5 năm 1941, tại Pắc Bó, Hồ Chí Minh đã chủ trì Hội nghị Trung ương lần thứ 8 Đảng Cộng sản Việt Nam. Sau khi kết thúc Hội nghị Hồ Chí Minh lại về Tĩnh Tây và soạn thảo bài viết "Thư gửi đồng bào Việt Nam" vào ngày 6 tháng 6, kêu gọi nhân dân Việt Nam đoàn kết xung quanh Mặt trận Việt Minh tích cực triển khai cuộc chiến du kích chống Pháp chống Nhật. Tại huyện Tĩnh Tây Hồ Chí Minh còn gấp rút tổ chức huấn luyện quân sự cho lực lượng cốt cán cán bộ cách mạng Việt Nam. Hạ tuần tháng 8 năm 1942, qua sự tháp tùng của anh thanh niên Dương Đào ở thôn Pà Mông huyện Tĩnh Tây Hồ Chí Minh khởi hành đi Trùng Khánh. Khi hai người đến thôn Túc Vinh thuộc huyện Thiên Bảo (nay là huyện Đức Bảo) thì bọn hương cảnh bắt giữ. Trước hết bị giải tới huyện Thiên Bảo rồi đưa về Hành xứ Tĩnh Tây, sau đó bị áp giải tới lui nhiều nơi rồi cuối cùng bị giam giữ tại Bộ Chính trị Đệ tứ Chiến khu để thẩm tra. Trong thời gian hơn một năm bị áp giải và giam cầm ở nhiều nơi khác nhau Hồ Chí Minh đã sáng tác hơn 130 bài thơ trong tù, và khi ở Liễu Châu Người đã soạn lại thành tập thơ "Nhật ký trong tù". Tháng 9 năm 1943, Hồ Chí Minh được trả lại tự do, còn anh Dương Đào người nông dân huyện Tĩnh Tây đã dẫn đường cho Người thì lâm bệnh hy sinh trong ngục. Về sau Hồ Chí Minh nhận lời mời của Đệ tứ Chiến khu tham gia công tác trù bị cho Đại hội Đại biểu "*Việt Nam Cách mạng Đồng minh hội*" do các đảng phái và đoàn thể Việt Nam tại Liễu Châu tổ chức, và làm báo cáo về tình hình cách mạng Việt

Nam với thanh niên tham gia tập huấn tại Đệ tứ Chiến khu. Tháng 8 năm 1944, qua sự phê chuẩn của Đệ tứ Chiến khu, Hồ Chí Minh đã tuyển chọn 18 người từ các thanh niên tham gia tập huấn đào tạo ở Liễu Châu đưa họ qua Long Châu trở về Việt Nam. Trong thời gian ở Long Châu Người đã nghỉ chân tại gia đình nông dân dân tộc Choang, và tại địa điểm liên lạc bí mật của Đảng Cộng sản Việt Nam ở phố Thành Nam huyện Long Châu triệu tập hội nghị các Đảng viên tại Long Châu, bố trí chương trình công việc cho giai đoạn tiếp sau.

Tháng 9 năm 1944, Hồ Chí Minh về tới khu căn cứ Pắc Bó Việt Nam. Bởi do bị đày đọa thời gian dài trong ngục tù mà sức khỏe của Người rất yếu. Trung ương Đảng Cộng sản Việt Nam đã sắp xếp cho Người ở tại bản Nậm Y thôn Bình Mạnh huyện Na Pha Quảng Tây nơi cách Pắc Bó không xa. Hồ Chí Minh cùng các đồng chí cảnh vệ của Người nghỉ tại nhà người nông dân ở thôn Nậm Y, đời sống sinh hoạt được sự chăm sóc chu đáo của những người dân trong thôn. Tại đây Người vừa làm việc vừa điều dưỡng sức khỏe. Để đảm bảo an toàn cho Người những người dân trong thôn đã dựng thêm một túp lều trong khu rừng ở sau thôn để Người nghỉ ngơi, bà con trong thôn luân phiên nhau đem thực phẩm và thuốc thảo dược lên cho Người. Như vậy Người đã nghỉ tại đây hơn 4 tháng, sau đó về tới khu căn cứ cách mạng Việt Bắc. Tháng 8 năm 1945, tận dụng thời cơ có lợi phát xít Nhật đầu hàng, Hồ Chí Minh cùng Đảng Cộng sản Việt Nam đã lãnh đạo thành công cuộc "*Tổng khởi nghĩa tháng Tám*". Ngày 2 tháng 9 năm 1945, Hồ Chí Minh đọc bản "*Tuyên ngôn độc lập*" tại Quảng trường Ba Đình Hà Nội, tuyên bố nền độc lập của Việt Nam và thành lập Nước Việt Nam Dân chủ Cộng hòa.

1 在欧洲初识中国革命青年

Thời kỳ đầu quen biết thanh niên cách mạng Trung Quốc ở châu Âu

越南义安省南坛县黄稠村胡志明故居。1890 年 5 月 19 日，胡志明在这里出生。

Ngôi nhà Hồ Chí Minh tại làng Kim Liên (còn gọi là Làng Sen) huyện Nam Đàn tỉnh Nghệ An Việt Nam, ngày 19 tháng 5 năm 1890 Hồ Chí Minh sinh ra tại đây.

越南义安省南坛县荷花村胡志明故居。胡志明在这里长大。

Ngôi nhà Hồ Chí Minh tại thôn Hoàng Trù huyện Nam Đàn tỉnh Nghệ An Việt Nam, Hồ Chí Minh trưởng thành tại đây.

1911 年 6 月，21 岁的胡志明在西贡（今胡志明市）乘坐这艘轮船到国外寻找救国道路。

Tháng 6 năm 1911 tại Sài Gòn nay là thành phố Hồ Chí Minh, ở tuổi 21 của mình Hồ Chí Minh đã bước lên con tàu này ra hải ngoại tìm đường cứu nước.

在游历了一些国家之后，1917 年胡志明在法国巴黎定居下来。图为他在巴黎 17 区贡巴昂巷 9 号的住所旧址。

Sau khi đi qua nhiều nước, năm 1917 Hồ Chí Minh đã ở lại Paris Pháp, trong ảnh là ngôi nhà Người đã ở, số 9 ngõ Công Poanh, quận 17 thành phố Paris theo địa chỉ cũ.

1920 年 12 月，胡志明在法国社会党图尔大会上发言。会议期间，胡志明成为法国共产党创始人之一。

Tháng 12 năm 1920, Hồ Chí Minh tham dự Đại hội Đảng Xã hội Pháp họp tại thành phố Tua. Tại Đại hội Người đã trở thành một trong những người sáng lập Đảng Cộng sản Pháp.

le Paria 報 働 勞

Tribune du Prolétariat Colonial

...re et Colonies

TÊTES A GIFFLES

Le colonel Fabry, ministre

Indochine et Pacifique

L'Exploitation intensifiée des Annamites

胡志明在法国定居期间主办的报纸《劳动报》。

Trong thời gian ở Pháp Hồ Chí Minh đã lập ra tờ *"Báo Lao động"*.

巴黎戈德弗鲁瓦大街 17 号旅馆旧址，即中国旅法青年的住宿地，后来成为中国共产党旅欧支部所在地。胡志明在这里结识了周恩来、李富春、蔡畅等人，并介绍赵世炎、陈延年、陈乔年、王若飞、萧三加入法国共产党。

Hotel 17, Rue De Gudferouis, Paris (theo địa chỉ cũ) là nơi tạm trú của các thanh niên Trung Quốc tại Pháp, sau này trở thành Trụ sở Chi bộ châu Âu Đảng Cộng sản Trung Quốc. Tại đây, Hồ Chí Minh đã quen biết với Chu Ân Lai, Thái Sướng, Lý Phú Xuân v.v... và đã giới thiệu cho Triệu Thế Viêm, Trần Diên Niên, Trần Kiều Niên, Vương Nhược Phi, Tiêu Tam tham gia Đảng Cộng sản Pháp.

周恩来
Chu Ân Lai

李富春
Lý Phú Xuân

蔡畅
Thái Sướng

赵世炎
Triệu Thế Viêm

陈延年
Trần Diên Niên

陈乔年
Trần Kiều Niên

王若飞
Vương Nhược Phi

萧三
Tiêu Tam

1923 年，胡志明来到莫斯科，在东方大学学习，并从事理论研究工作。

Năm 1923, Hồ Chí Minh đến Moscow học tập tại Trường Đại học Phương Đông và triển khai công tác nghiên cứu lý luận.

中国共产党党员张太雷当时也在莫斯科东方大学学习。

Đảng viên Cộng sản Trung Quốc Trương Thái Lôi lúc bấy giờ cũng học tập tại *Trường Đại học Phương Đông.*

胡志明与张太雷很快就建立了革命友谊。

Hồ Chí Minh và Trương Thái Lôi đã nhanh chóng vun xới nên mối tình hữu nghị cách mạng.

BẢN ÁN CHẾ ĐỘ THỰC DÂN PHÁP[1]

(LE PROCÈS DE LA COLONISATION FRANÇAISE)

CHƯƠNG I

THUẾ MÁU

I. CHIẾN TRANH ĐỐI VỚI «NGƯỜI BẢN XỨ»

Từ năm 1914 trở về trước, họ chỉ là những tên da đen hèn hạ, những tên An-na-mít hèn hạ, giỏi lắm thì chỉ biết kéo xe và ăn roi vọt của các quan cai trị nhà ta. Cuộc chiến tranh[2] vui tươi vừa xảy đến, thế là họ liền biến thành những đứa «con cưng», những người «bạn thiết» của các quan cai trị nhân từ và hiền hậu, thậm chí của

胡志明在莫斯科撰写了不少关于中国的文章。图为胡志明在莫斯科撰写的《法国殖民地的罪状》一书，其附录《寄给越南青年》介绍了中国赴法青年的学习和工作情况，号召越南青年向中国青年学习。

Tại Moscow Hồ Chí Minh đã viết cuốn sách *"Bản án chế độ thực dân Pháp", dưới tiêu đề "Lời nhắn thanh niên Việt Nam"* trong phần phụ lục đã giới thiệu tình hình học hành và công tác của thanh niên Trung Quốc tại Pháp, kêu gọi thanh niên Việt Nam noi gương các bạn Trung Quốc.

"CHÍNH SÁCH THỰC DÂN" ANH

Chủ nghĩa tư bản Anh, tuy thèm muốn của cải vô tận của Trung-quốc, nhưng vì từ trước đến giờ, vẫn đành chỉ chiếm Hương-cảng làm thuộc địa và thực hiện trên nội địa Trung-quốc chính sách mở rộng cửa ngõ[1], một chính sách giúp cho họ có thể bóc lột đất nước này mà không làm cho nhân dân nổi dậ… thế không đủ nữa. Họ muốn làm hơn t… cả Trung-quốc làm thuộc địa.

Lợi dụng chuyện rắc rối ở Ling-chen… cho đồng bào của mình, viên đại sứ An… hành giai đoạn đầu tiên của chính sách… từ đường sắt. Đây là những điều hắn ta…

1. Tất cả những con đường xây d… bằng vật liệu mua của Anh mà hiện … dưới sự kiểm soát của Anh;

2. Đất đai vùng lân cận những con… phạm vi kiểm soát ấy;

3. Ngoài chính sách đường sắt ra…

20

英國的殖民地政策

英國的資本主義，對中國無限豐富的資源，垂涎欲滴。只是至今仍然僅能佔領香港作爲殖民地，和在中國內地實現"門戶開放政策"㊀——一種有助於它們剝削這個國家而不致引起人民反抗的政策。今天，對它們來說，這樣還是不夠的。它們的企圖是要進一步佔領整個中國作爲它的殖民地。

利用臨城事件的糾紛，英國駐北京大使藉口保護僑民的安全，最近從鐵路方面入手，進行它的殖民政策的第一步。下面是他向中國政府提出的一些條件：

一、所有由英國貸款或向英國購買物資修建的鐵路、而目前仍未清還款項者，均須由英國監督；

二、鐵路附近地區均屬監督範圍之內；

三、除路政外，英國有權干預中國的內政；

四、中國各個黨派發生武裝衝突時，英國人有權拒絕或准許某一黨派使用這些鐵路；

五、鐵路部門的收入，應優先用作逐步清償英國…

㊀ 這是1899年美國國務卿海約翰提出的"門戶開放、機會均等"的政策，旨在把中國變爲美國的勢力範圍。

21

图为胡志明在莫斯科撰写的《英国的殖民地政策》一文，文章揭露了英国在中国推行的殖民政策。

Trong thời gian ở Moscow Hồ Chí Minh đã viết bài *"Chính sách thuộc địa của nước Anh"* vạch trần chính sách thực dân mà Anh đang thực thi tại Trung Quốc.

CÁC NƯỚC ĐẾ QUỐC CHỦ NGHĨA VÀ TRUNG-QUỐC

Những sự biến ở Trung-quốc có hai mặt: sự xung đột giữa các tướng lĩnh Trung-quốc và sự can thiệp của các cường quốc bên ngoài. Chính mặt sau này làm cho chúng ta quan tâm hơn cả, vì nó quyết định cuộc chiến tranh nồi da nấu thịt có thể đưa lại những hậu quả nghiêm trọng nhất.

Hãy thử tóm tắt lịch trình những cuộc can thiệp của nước ngoài trong quá khứ để tìm ra nguyên nhân thực tế, lý do chính của sự can thiệp hiện tại.

MỘT SỐ NGÀY THÁNG

1635, vua Anh gửi thư yêu cầu cho phép buôn bán ở Trung-quốc.

1830, đại sứ Anh yêu cầu cho phép nhập khẩu thuốc phiện vào Trung-quốc. Yêu cầu này bị Trung-quốc bác bỏ.

1836, người Anh nhập khẩu 20.280 hòm thuốc phiện lậu vào Trung-quốc

1839, nước Anh tuyên chiến với Trung-quốc để bắt buộc nước này phải nhận thuốc phiện.

1841, Hương-cảng bị chiếm đoạt, Trung-quốc phải bồi thường 21.000.000 đồng đô-la chiến phí, trong đó 6.000.000 đồng là đền vào giá trị số thuốc phiện bị phá hủy.

1856, nước Anh gây ra một cuộc chiến tranh mới để buộc Trung-quốc phải hợp pháp hóa việc bán thuốc phiện và mở các cửa bể cho nước ngoài vào buôn bán.

1860, quân đội Anh — Pháp chiếm Bắc-kinh. Nhượng bộ: Anh — Pháp được chiếm đóng đảo Vích-tô-ri-a. Bồi thường: 800 triệu lượng cho Pháp và 10 triệu đồng bảng cho Anh.

1874, Nhật-bản tấn công Trung-quốc. Nhượng bộ: bãi bỏ chủ quyền của Trung-quốc ở Đài-loan, và đảo này thành thuộc địa của Nhật. Bồi thường: 50 triệu lượng.

1876, Chiến tranh với Nga. Nhượng bộ: lãnh thổ bị chiếm đóng. Bồi thường: 900 triệu đồng rúp.

图为《帝国主义各国与中国》一文，文章揭露了帝国主义国家侵略中国的图谋。

Trong thời gian ở Moscow Hồ Chí Minh đã viết nhiều bài về Trung Quốc. Bài viết *"Các nước đế quốc chủ nghĩa và Trung Quốc"* đã vạch trần mưu đồ xâm lược Trung Quốc của các nước đế quốc.

莫斯科东方大学中国大学生小组编写的《中国与中国青年》一书，由胡志明负责编辑和校订。

Hồ Chí Minh phụ trách biên soạn và hiệu đính Cuốn sách *"Trung Quốc và thanh niên Trung Quốc"* do tiểu nhóm sinh viên Trung Quốc Trường Đại học Phương Đông soạn viết.

2 来到中国大革命中心广州

Đến với Quảng Châu trung tâm Đại cách mạng Trung Quốc

1923 年 12 月 21 日，孙中山偕夫人宋庆龄访问岭南大学。1924 年 1 月，孙中山在共产国际的帮助下实现了国共两党合作。

Ngày 21 tháng 12 năm 1923, ông Tôn Trung Sơn cùng phu nhân Tống Khánh Linh đến thăm Trường Đại học Lĩnh Nam. Tháng 1 năm 1924, được sự giúp đỡ của Quốc tế Cộng sản Tôn Trung Sơn đã thực hiện hợp tác giữa Quốc dân đảng với Đảng Cộng sản.

1924 年 11 月 11 日，胡志明自莫斯科来到中国大革命的中心——广州。

Ngày 11 tháng 11 năm 1924, Hồ Chí Minh từ Moscow đến trung tâm của cuộc Đại cách mạng Trung Quốc – Quảng Châu.

受共产国际派遣担任孙中山首席顾问的鲍罗庭。

Bôrôđin, được Quốc tế Cộng sản phái cử làm cố vấn cho Tôn Trung Sơn lúc bấy giờ.

胡志明到广州后担任鲍罗庭的翻译，并住在位于广州东校场的鲍罗庭公馆。

Trụ sở nơi ở của Bôrôđin tại Đông Giáo Quảng Châu. Sau ngày đến Quảng Châu Hồ Chí Minh làm phiên dịch cho Bôrôđin và ở ngay trong đó.

在胡志明来到广州前，已有一些越南革命者在广州活动，并成立了爱国团体“心心社”。位于广州德政路的这所房子是“心心社”的活动场所。

Trước ngày Hồ Chí Minh đến Quảng Châu đã có một số người cách mạng Việt Nam hoạt động tại đây và đã thành lập đoàn thể yêu nước *"Tâm Tâm Xã"*. Căn nhà ở đường Đức Chính Quảng Châu là nơi triển khai hoạt động của *"Tâm Tâm Xã"*.

胡志明到广州后，将“心心社”改造成新的共产主义组织“越南青年革命同志会”。图为位于广州文明路的该团体总部旧址。

Sau khi đến Quảng Châu, Hồ Chí Minh đã tiến hành cải tổ *Tâm Tâm Xã* thành tổ chức Cộng sản mới mang tên *"Việt Nam Thanh niên Cách mạng Đồng chí hội"*. Trong ảnh là di chỉ Tổng bộ của đoàn thể này tại đường Văn Minh Quảng Châu.

越南“心心社”成员范鸿泰。1924年6月，他在广州暗杀法国驻印支总督未遂而壮烈牺牲。

Phạm Hồng Thái thành viên của *"Tâm Tâm Xã"* Việt Nam. Tháng 6 năm 1924, anh ám sát Méc-lanh, Toàn quyền Đông Dương không thành và đã hy sinh anh dũng tại Quảng Châu.

广州人民在黄花岗修建这座范鸿泰烈士墓，以示纪念。

Nhân dân Quảng Châu dựng mộ liệt sĩ Phạm Hồng Thái tại Hoàng Hoa Cương để tưởng niệm.

胡志明在越南青年革命同志会总部的住房。

Phòng làm việc và nghỉ ngơi của Hồ Chí Minh tại Tổng bộ *Việt Nam Thanh niên Cách mạng Đồng chí hội.*

越南青年革命同志会成员骑自行车前往范鸿泰烈士墓瞻仰。

Thành viên *Việt Nam Thanh niên Cách mạng Đồng chí hội* đạp xe đến viếng mộ liệt sĩ Phạm Hồng Thái.

在胡志明领导下，越南青年革命同志会编印了《青年》报，宣传越南革命。（绘画者：黄南）

Dưới sự chỉ đạo của Hồ Chí Minh, *Việt Nam Thanh niên Cách mạng Đồng chí hội* đã soạn in Báo *"Thanh niên"*, tuyên truyền cho cách mạng Việt Nam. (Họa sĩ: Hoàng Nam)

青年 Thanh Niên

1925 年 6 月至 1927 年 4 月，《青年》报共出版了 88 期。

Từ tháng 6 năm 1925 đến tháng 4 năm 1927 Báo *"Thanh niên"* đã tổng cộng xuất bản được 88 số.

胡志明在广州开办越南特别政治训练班，培养越南干部。胡志明亲自授课。（此画作由越南胡志明博物馆供稿）

Tại Quảng Châu Hồ Chí Minh tổ chức *Lớp huấn luyện chính trị đặc biệt* để đào tạo cán bộ Việt Nam. Người đích thân giảng bài trên lớp. (Tranh do *Bảo tàng Hồ Chí Minh* cung cấp)

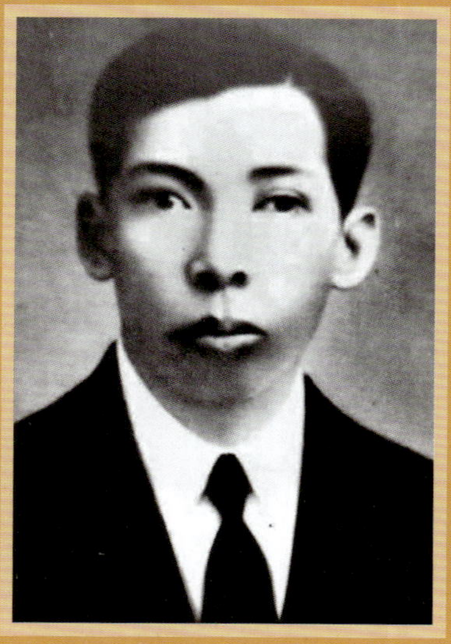

越南特别政治训练班学员陈富，后来曾任印度支那共产党总书记。

Trần Phú là học viên của *Lớp huấn luyện chính trị đặc biệt,* sau này từng là Tổng Bí thư Đảng Cộng sản Đông Dương.

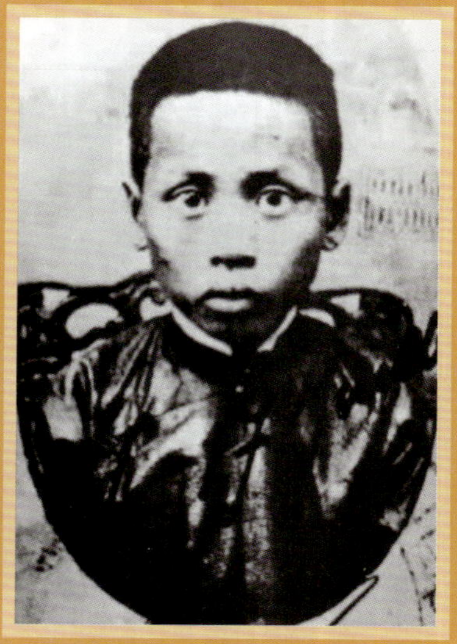

越南特别政治训练班学员范文同，后来曾任越南政府总理。

Phạm Văn Đồng là học viên của *Lớp huấn luyện chính trị đặc biệt,* sau này là Thủ tướng Chính phủ Việt Nam.

DANH SÁCH HỌC VIÊN DỰ BA LỚP HUẤN LUYỆN
DO NGUYỄN ÁI QUỐC TRỰC TIẾP PHỤ TRÁCH TẠI QUẢNG CHÂU
(Từ đầu 1926 đến đầu 1927)

TT	Họ và tên	Các tên gọi khác	Quê quán	Chú thích
1	2	3	4	5
	A - Lớp thứ nhất: 10 người[1]			Khai mạc khoảng đầu 1926
1.	Ngô Chính Quốc	Lý Tôn	Nghệ An	Con cụ Ngô Quảng, em bà Ngô Khôn Duy
2.	Lê Duy Điếm	Lê Lợi	Nghệ An	
3.	Vũ Nam Hồng			
4.	Lý Mộng Sơn		Nghệ An	
5.	Trần Tích Chu	Chu rỗ, tức Đào	Bắc Ninh	
6.	Trương Văn Lĩnh	TrươngVăn Thanh	Nghệ An	
7.	Lưu Quốc Long	Tức Lê Quý	Nghệ An	
8.	Hoàng Vĩ Hùng		Nam Định	
9.	Lê Hữu Lập	Hoàng lùn	Thanh Hoá	
10.	Lương Thư Tánh			
	B- Lớp thứ hai: 15 người			Khai mạc khoảng tháng 9-1926
1.	Trần Phú	Tức Lý Quý	Hà Tĩnh	
2.	Nguyễn Ngọc Ba		Hà Tĩnh	
3.	Phan Trọng Bình	Bí danh: An	Hà Tĩnh	
4.	Phan Trọng Quảng		Hà Tĩnh	
5.	Nguyễn Văn Lợi	Bí danh: Lộc	Hà Tĩnh	
6.	Nguyễn Công Thu		Thái Bình	
7.	Nguyễn Danh Thọ		Thái Bình	
8.	Nguyễn Danh Tế		Thái Bình	
9.	Lê Thiết Hùng	Lê Nghiễm, Lê Quốc Vọng	Nghệ An	
10.	Nguyễn Văn Khang		Thanh Hoá	
11.	Nguyễn Văn Đắc	Trần Văn Đắc	Thanh Hoá	
12.	Nguyễn Lương Bằng[2]		Hải Dương	
13.	Võ Tùng[3]	Lý Thế Hanh		
14.	Nguyễn Sinh Thản	Lam Giang, Lý Nam Thanh	Nghệ An	
15.	Đặng Thái Thuyến	Canh Tân	Nghệ An	
	C - Lớp thứ ba: 50 người			Khai mạc khoảng cuối 1926, bế mạc tháng 2-1927
1.	Phạm Văn Đồng		Quảng Ngãi	
2.	Trần Văn Cung	Quốc Anh	Nghệ An	
3.	Nguyễn Sĩ Sách		Nghệ An	
4.	Lê Duy Nghệ		Hà Tĩnh	Anh em với . Lê Duy Điếm
5.	Võ Mai	Quốc Hoa, Quốc Oanh	Hà Tĩnh	
6.	Nguyễn Đình Từ	Nguyễn Văn Cẩm	Hà Tĩnh	
7.	Phan Đăng Đệ	Tức Ngọ	Nghệ An	
8.	Lê Mạnh Trinh		Thanh Hoá	
9.	Ngô Thiêm	Tức Huệ	Hà Tĩnh	Bị tử hình sau vụ Barbier
10.	Lê Văn Phát	Tức Lang	Bến Tre	Bị chết trong vụ Barbier
11.	Nguyễn Danh Đới	Điền Hải	Thái Bình	
12.	Vũ Trọng	Vũ Tử Tài	Thái Bình	(1893-1937)
13.	Nguyễn Tường Loan	Hưng Nam, Mạc Chấn Á	Thái Bình	
14.	Nguyễn Hữu Căn	Tức Phi Vân	Bắc Ninh	
15.	Dương Hạc Đính	Tức Hoàng Hạc	Bắc Ninh	Sau thoái hoá, phản bội
16.	Nguyễn Văn Ngọ	Tức Quang	Bắc Ninh	
17.	Nguyễn Tuân	Tức Kim Tôn	Bắc Ninh	Bị bắt 10-10-1929, khai báo
18.	Nguyễn Thành Diên			Sau 1941 phản bội, khai báo
19.	Nguyễn Công	(hay Côn)	Quảng Nam	
20.	Nguyễn Mỹ			
21.	Trần Đình Long		Nam Định	
22.	Nguyễn Văn Hoan		Nam Định	
23.	Phan Đức	Tức Jalvan	Hải Dương	
24.	Nguyễn Đức Cảnh	Tức Trọng	Thái Bình	
25.	Đỗ Ngọc Du	Phiếm Chu	Hà Đông	
26.	Trịnh Đình Cửu	Tức Chí	Hà Nội	
27.	Nguyễn Sơn	Vũ Nguyên Bác, Hồng Thuỷ	Gia Lâm, Hà Nội	
28.	Trần Tư Chính	Bàng Thống	Bắc Ninh	Sau thoái hoá, phản bội
29.	Lý Hồng Nhật	Phạm Văn Huyên, Trần Đăng Huyên	Nam Định	Hy sinh tại Côn Đảo 1935
30.	Hoàng Khắc Trung		Thanh Hoá	
31.	Hoàng Long		Bắc Ninh	
32.	Ngô Quốc Việt		Thanh Hoá	
33.	Phùng Chí Kiên		Nghệ An	
34.	Nguyễn Dật	Đông Tùng, Nguyễn Tư Hồng	Nghệ An	
35.	Hồ Lân Sơn		Nghệ Tĩnh	
36.	Đỗ Huy Liêm	Phương Sĩ Hùng	Bắc Ninh	Hy sinh trong Quảng Châu khởi nghĩa
37.	Vũ Chấn Nam		Thanh Hoá	
38.	Nguyễn Trọng Ngọc		Bắc Giang	
39.	Nguyễn Xuân Huyên		Thanh Hoá	
40.	Hoàng Văn Hoan	Hoàng Ngọc Ẩn	Nghệ An	Theo hồi ký của Nguyễn Sơn
41.	Hồ Cao Cương	Vương mập	Việt kiều tại Phnômpênh quê Tân An	1929 bị bắt, khai báo
42.	Nguyễn Thái	Tức Năm, Võ Phong		

1.Theo hồi ký của Hồ Tùng Mậu, 10 ngời đó là: Chính Quốc, Vũ Nam Hồng, Lê Lợi, Lý Mộng Sơn, bốn ngời nữa là Ngô, Trơng, Chu, Hoàng và hai ngời nữa không nhớ tên.
Theo chúng tôi, những ngời sau đây không dự khoá 1:
a. Những ngời đã vào học Trờng Quân sự Hoàng Phố trớc khi lớp thứ nhất khai mạc (khoảng đầu năm 1926): Lê Hồng Sơn, Lê Hồng Phong, Lê Quảng Đạt (Hoàng Cao), Khuyết Uyên,...
b. Những ngời tham gia phụ trách lớp học: Lâm Đức Thụ, Hồ Tùng Mậu.
c. Sang Quảng Châu cuối 1924, đầu 1925 về nớc vận động ngời ra học: Vơng Thúc Oánh.
2.Theo Hồi ký của đồng chí Nguyễn Lơng Bằng, trong cuốn *Bác Hồ*, lúc đó làm trên một tàu binh Pháp ở Sa Diện, tuần hai lần sang Quảng Châu dự lớp huấn luyện, ngoài ra còn học văn hoá, học tiếng Anh.
3.Ba ngời sau sang chậm một tháng, theo Hồi ký của đồng chí Hồ Tùng Mậu, vẫn vào học lớp này.

胡志明在广州举办的三期越南特别政治训练班学员名单（越南文）。
Danh sách học viên 3 kỳ *Lớp huấn luyện chính trị đặc biệt* (Việt văn) do Hồ Chí Minh tổ chức tại Quảng Châu.

附录

胡志明在广州举办的三期越南干部训练班学员名单

第一期10人，1926年初开学			第二期15人，1926年9月开学		
姓　名	别名	籍贯	姓名	别名	籍贯
吴政国		义安省	陈富	李贵	河静省
黎维玷	黎利	义安省	阮玉波		河静省
武南雄			潘仲平	阿安	河静省
李梦山		义安省	潘仲广		河静省
陈积周	周麻子、阿桃	北宁省	阮文利	阿禄	河静省
张云岭	张文清	义安省	阮功秋		太平省
刘国龙	黎贵	义安省	阮名寿		太平省
黄伟雄		南定省	阮名齐		太平省
黎友立	黄矮子	清化省	黎设雄	黎伊、黎国望	义安省
梁舒性			阮文康		清化省
			阮文得	陈文得	清化省
			阮良朋		海阳省
			武　松	李世享	
			阮生坦	蓝江、李南清	义安省
			邓泰铨	更新	义安省

【说明】这份名单见越南胡志明研究院主持编撰，1998年在河内出版的《阮爱国在广州（1924-1927）》一书"附录"之五。该书注释说，这份三期训练班的名单仍未达到阮爱国（胡志明）向共产国际报告的数字共75人。请各位革命前和研究专家进一步补正。

第三期50人，1926年底开学，1927年2月结束								
姓名	别名	籍贯	姓名	别名	籍贯	姓名	别名	籍贯
范文同		广义省	阮文午	阿光	北宁省	黄　隆		北宁省
陈文恭	国英	义安省	阮遒	金孙	北宁省	吴国越		清化省
阮士策		义安省	阮成延			冯志坚		义安省
黎维艺		河静省	阮　功	阿昆	广南省	阮　逸	东松、阮资红	义安省
武　梅	国华、国莺	河静省	阮美			胡林山		义安省
阮庭徐	阮文锦	河静省	陈廷龙		南定省	杜辉廉	方士雄	北宁省
潘登弟	阿午	义安省	阮文欢		南定省	武振南		清化省
黎孟桢		清化省	潘　德	恰尔万	海阳省	阮仲玉		北江省
吴天	阿慧	河静省	阮德景	阿仲	太平省	阮春宣		清化省
黎文发	阿朗	槟知省	杜玉瑜	泛周	河东省	黄文欢	黄玉恩	义安省
阮名戴	田海	太平省	郑廷久	阿志	河　内	胡高冈	肥王	金边的越侨家乡在新安
武　仲	武子才	太平省	阮　山	武原博、洪水	河内、嘉林	阮　泰	阿南、武锋	
阮祥富	兴南、莫镇亚	太平省	陈资政	旁统	北宁省			
阮有根	飞云	太平省	李红日	范文宣、陈登宣	南定省			
杨鹤锭	黄鹤	北宁省	黄克忠		清化省			

胡志明在广州举办的三期越南特别政治训练班学员名单（中文）。
Danh sách học viên 3 kỳ *Lớp huấn luyện chính trị đặc biệt* (Trung văn) do Hồ Chí Minh tổ chức tại Quảng Châu.

胡志明和越南革命者在广州的活动，得到了中国共产党人的帮助。周恩来是胡志明在法国时就认识的老朋友，1924年在广州担任中国共产党广东区委委员长。

Hoạt động của Hồ Chí Minh và những người cách mạng Việt Nam tại Quảng Châu được sự ủng hộ của những người Cộng sản Trung Quốc. Chu Ân Lai là bạn thân của Hồ Chí Minh từ ngày còn ở Pháp, lúc bấy giờ đồng chí giữ chức Ủy viên trưởng Khu ủy Quảng Đông Đảng Cộng sản Trung Quốc.

中国共产党广东区委办公地旧址。胡志明常常到这里会见周恩来、张太雷、陈延年等中国同志。

Trụ sở Văn phòng làm việc Khu ủy Quảng Đông Đảng Cộng sản Trung Quốc. Hồ Chí Minh thường đến đây gặp gỡ các đồng chí Chu Ân Lai, Trương Thái Lôi, Trần Diên Niên.

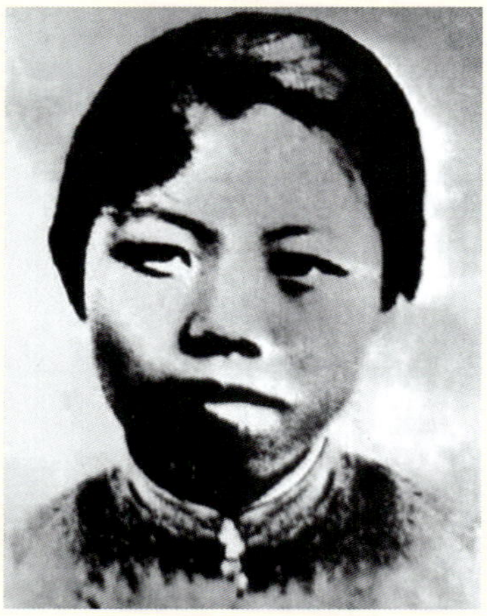

在广州时的邓颖超。胡志明常常到周恩来、邓颖超夫妇家做客。邓颖超还曾为胡志明编织过毛衣。

Đặng Dĩnh Siêu thời ở Quảng Châu. Hồ Chí Minh thường đến thăm nhà vợ chồng Chu Ân Lai và Đặng Dĩnh Siêu. Đặng Dĩnh Siêu còn đan chiếc áo len cho Người.

刘少奇，当时是中国共产党负责工人运动的领导人之一。

Lưu Thiếu Kỳ, một trong những người lãnh đạo phong trào công nhân của Đảng Cộng sản Trung Quốc thời bấy giờ.

中国共产党广东区委负责农民运动的领导人之一彭湃。他和中国共产党其他一些负责同志常常应邀为越南学员上课。

Bành Bái là một trong những người lãnh đạo phụ trách phong trào nông dân của Khu ủy Quảng Đông Đảng Cộng sản Trung Quốc. Đồng chí đã cùng một số các đồng chí phụ trách khác thường xuyên đến giảng bài cho các học viên Việt Nam.

毛泽东在广州举办的农民运动讲习所。

Lúc bấy giờ, đồng chí Mao Trạch Đông đang tổ chức *Trường huấn luyện Phong trào nông dân* tại Quảng Châu.

越南特别政治训练班学员常常到农民运动讲习所参加旁听。

Các học viên *Lớp huấn luyện chính trị đặc biệt Việt Nam* thường đến dự thính tại *Trường Huấn luyện Phong trào nông dân.*

胡志明领导的越南训练班学员与广州农民运动讲习所部分学员、教师合影。

Các học viên *Lớp huấn luyện Việt Nam* dưới sự lãnh đạo của Hồ Chí Minh chụp ảnh chung với các học viên *Trường huấn luyện Phong trào nông dân.*

大革命时期国共合作开办的黄埔军校。周恩来任政治部主任。胡志明选派一些越南青年到这里学习军事。

Thời kỳ Đại cách mạng tại Trung Quốc Quốc dân đảng và Đảng Cộng sản hợp tác tổ chức *Trường Quân sự Hoàng Phố*. Chu Ân Lai là Chủ nhiệm Ban Chính trị của Trường, Hồ Chí Minh cũng nhân dịp này lựa chọn một số thanh niên Việt Nam vào Trường học tập quân sự.

胡志明在越南青年革命同志会总部与黄埔军校越南学员交谈。（绘画者：黄南）

Tại Tổng bộ *Việt Nam Thanh niên Cách mạng Đồng chí hội* Hồ Chí Minh trao đổi với các học viên Việt Nam theo học *Trường Quân sự Hoàng Phố*. (Họa sĩ: Hoàng Nam)

胡志明曾介绍 8 名越南抗法烈士的年幼子女到广州文明路广东大学的附小学习。

Địa chỉ cũ của *Trường Đại học Quảng Đông* trên đường Văn Minh Quảng Châu. Hồ Chí Minh từng giới thiệu cho con em của 8 liệt sĩ cách mạng Việt Nam vào học tại *Trường Tiểu học Phụ thuộc* của Trường Đại học này.

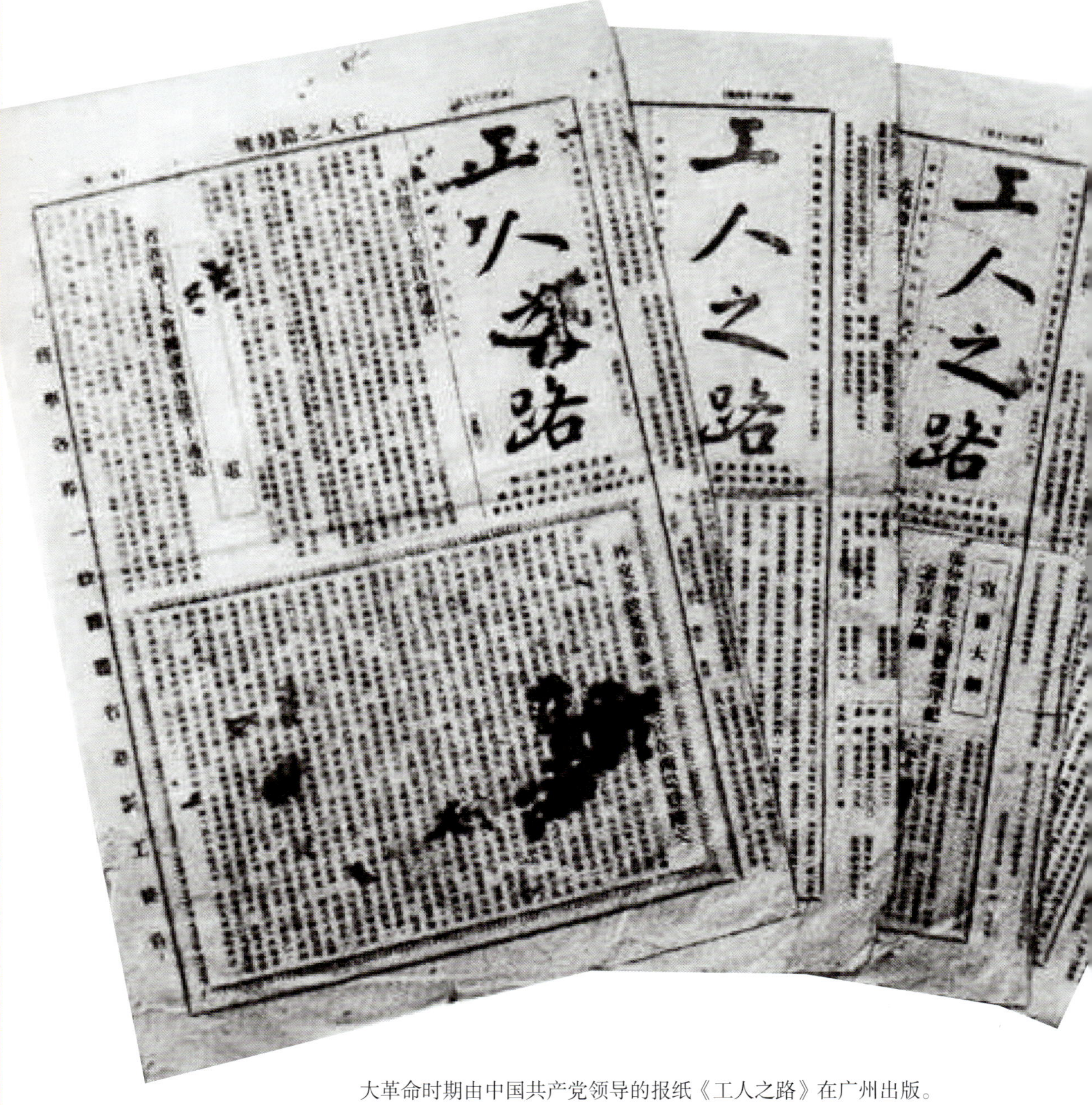

大革命时期由中国共产党领导的报纸《工人之路》在广州出版。

Tờ báo *"Con đường công nhân"* do Đảng Cộng sản Trung Quốc lãnh đạo được xuất bản tại Quảng Châu thời kỳ Đại cách mạng.

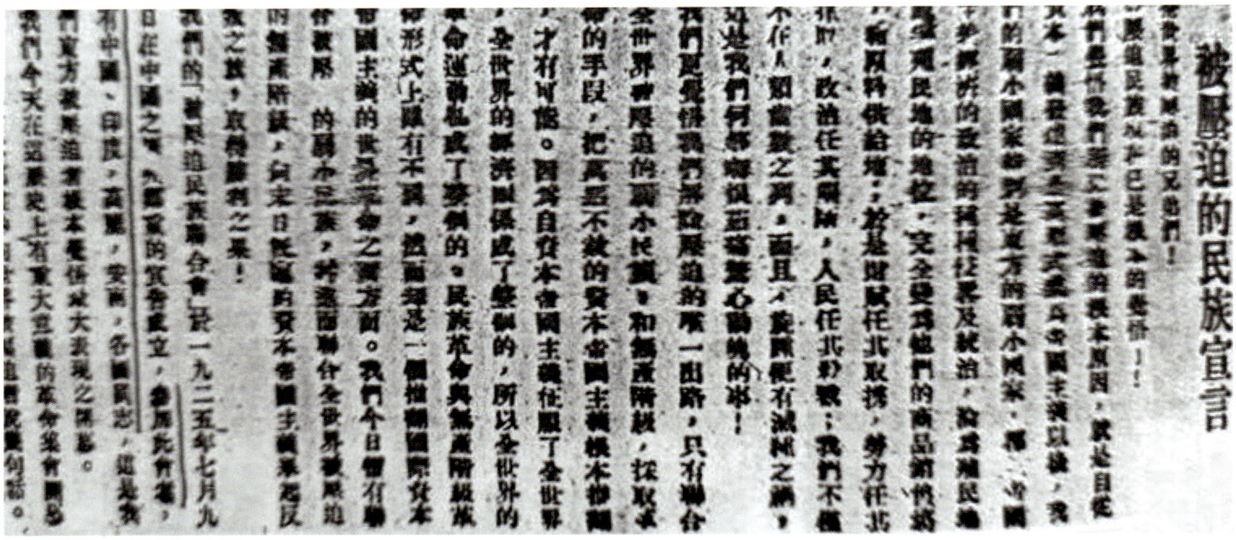

被壓迫的民族宣言

在中国共产党倡导下，亚洲国家被压迫民族革命者代表在广州成立了“被压迫民族联合会”，胡志明任执行委员。图为《工人之路》刊登的该团体成立宣言。

Dưới sự xướng đạo của Đảng Cộng sản Trung Quốc đại biểu các quốc gia bị áp bức thành lập *“Hội Liên hiệp các dân tộc bị áp bức”*, Hồ Chí Minh giữ chức ủy viên Hội. Trong ảnh là Tuyên ngôn thành lập của đoàn thể này đăng trên báo *“Con đường công nhân”*.

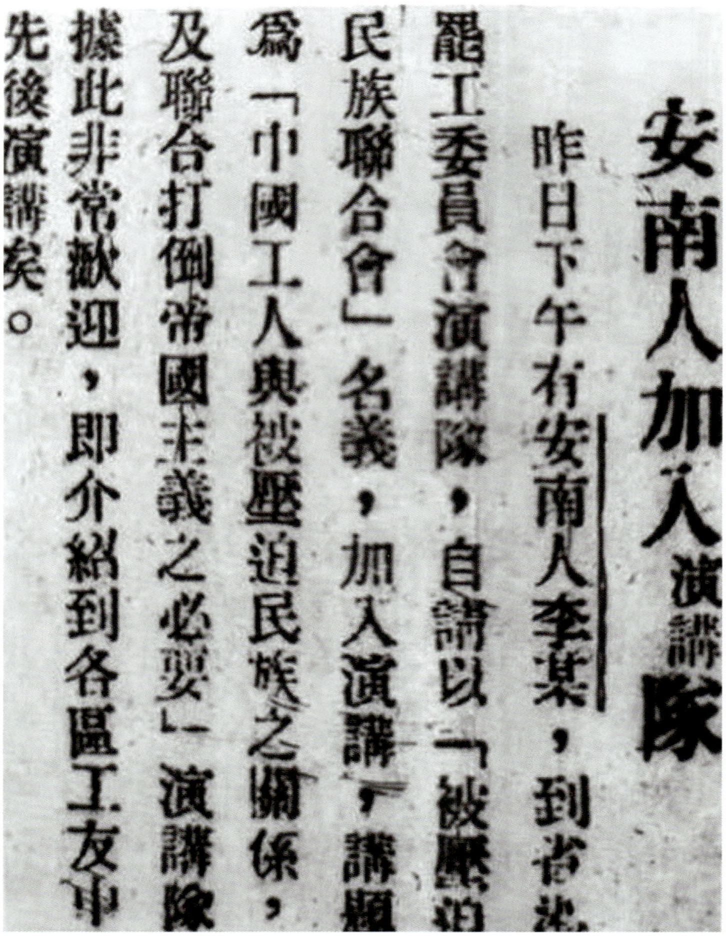

安南人加入演講隊

昨日下午有安南人李某，到省港罷工委員會演講隊，自請以「被壓迫民族聯合會」名義，加入演講，講題爲「中國工人與被壓迫民族之關係，及聯合打倒帝國主義之必要」演講隊據此非常歡迎，即介紹到各區工友中先後演講矣。

1925年，广州和香港爆发了规模宏大的“省港大罢工”。胡志明到罢工委员会宣传部报名参加演讲活动。文中“李某”即胡志明，当时化名“李瑞”。

Năm 1925 tại Quảng Châu và Hồng Kông nổ ra *“Cuộc bãi công lớn Quảng Đông – Hồng Kông”* (còn gọi là *Bãi công lớn Tỉnh Cảng*). Hồ Chí Minh lấy bí danh “Lý Thụy” đến Ban Tuyên truyền cuộc bãi công ghi tên tham gia diễn thuyết.

广州东校场常有成千上万的罢工工人集会。胡志明曾到这里发表演讲，鼓励工人坚持斗争。

Lúc đó thường xuất hiện cảnh hàng nghìn hàng vạn công nhân bãi công đến Hội trường Đông Giảo họp mít tinh. Hồ Chí Minh từng đến đây phát biểu diễn thuyết khích lệ anh em công nhân kiên trì đấu tranh.

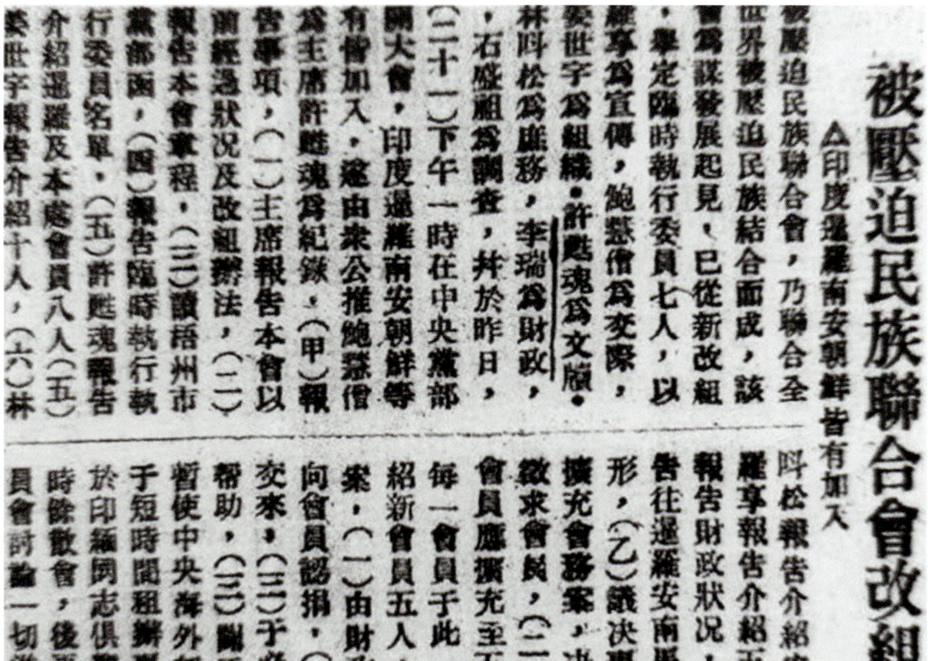

被壓迫民族聯合會改組

△印度暹羅南安朝鮮皆有加入

被壓迫民族聯合會，乃聯合全世界被壓迫民族結合而成，該會爲謀發展起見，已從新改組，舉定臨時執行委員七人，以羅亭爲宣傳，鮑慧僧爲交際，委世宇爲組織，許甦魂爲文牘，林呺松爲庶務，李瑞爲財政，，石盛組爲調查，并於昨日，（二十一）下午一時在中央黨部開大會，印度暹羅南安朝鮮等有會加入，遂由衆公推鮑慧僧爲主席，許甦魂爲紀錄，（甲）報告事項，（一）主席報告本會以前經過狀况及改組辦法，（二）報告本會章程，（三）讀梧州市黨部函，（四）報告臨時執行執行委員名單，（五）許甦魂報告介紹暹羅及本處會員八人（五）委世宇報告介紹十人，（六）林呺松報告介紹安南人七人（七）羅亭報告介紹五人，（八）李瑞報告財政狀况，（九）譚毅起報告往暹羅安南馬來群島等處情形，（乙）議決事項，（一）關于擴充會務案，決議，（一）登報徵求會員，（二）于最近一月間會員應擴充至五百人以上（三）每一會員于此一月內最少應介紹新會員五人，（二）關于財政案，（一）由財政委員制定捐冊向會員認捐，（二）會員將月捐交來，（三）于必要時請國民黨幫助，（三）關于會址案，（一）暫使中央海外部爲通訊處（二）于短時間租辦事地點，（或附於印緬同志俱樂部內）臨至三時餘散會，後再開臨時執行委員會討論一切進行事宜云，

在广州的“被压迫民族联合会”后来曾改组，胡志明任执委会成员兼管财务工作。图为当时《工人之路》对此事的报道。

Về sau *Hội Liên hiệp các dân tộc bị áp bức* tiến hành cải tổ, Hồ Chí Minh trở thành thành viên Ban chấp hành kiêm người phụ trách công việc tài vụ của Hội. Trong ảnh là bản tin đăng trên báo *"Con đường công nhân"* lúc bấy giờ.

广州国民党“二大”会址。1926 年 1 月，胡志明化名“王达人”列席大会并发表演讲，控诉法国殖民者在越南的罪行。他用法语演讲，由李富春翻译。

Hội trường “Đại hội II” Quốc dân đảng tại Quảng Châu. Tháng 1 năm 1926, Hồ Chí Minh lấy bí danh Vương Đạt Nhân dự thính Đại hội và phát biểu diễn thuyết, tố cáo tội ác của thực dân Pháp tại Việt Nam. Người đã dùng tiếng Pháp để diễn thuyết và do đồng chí Lý Phú Xuân dịch thuật.

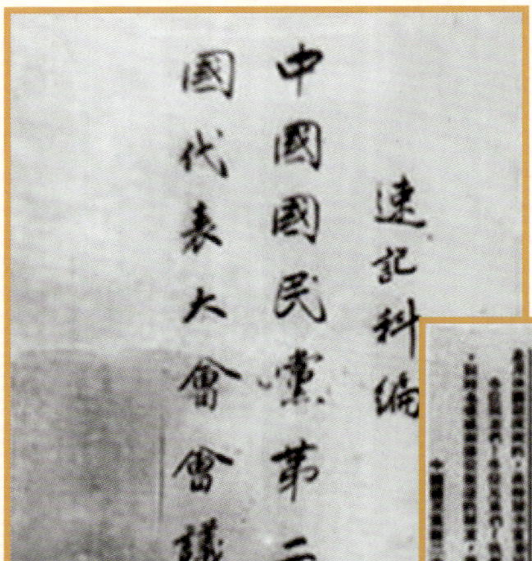

中國國民黨第二次全國代表大會會議記錄

速記科編

中國國民黨第二次全國代表大會會議紀錄

国民党“二大”关于胡志明列席会议并发表演讲的记录。

Hồ sơ ghi chép về Hồ Chí Minh dự thính Đại hội II Quốc dân đảng và phát biểu diễn thuyết.

胡志明在广州时，写下很多文稿和信函，寄给共产国际机关及相关刊物发表。（绘画者：黄南）

Khi ở Quảng Châu Hồ Chí Minh đã có nhiều bài viết và thư từ gửi Quốc tế Cộng sản và phát biểu trên các báo và tạp chí. (Họa sĩ: Hoàng Nam)

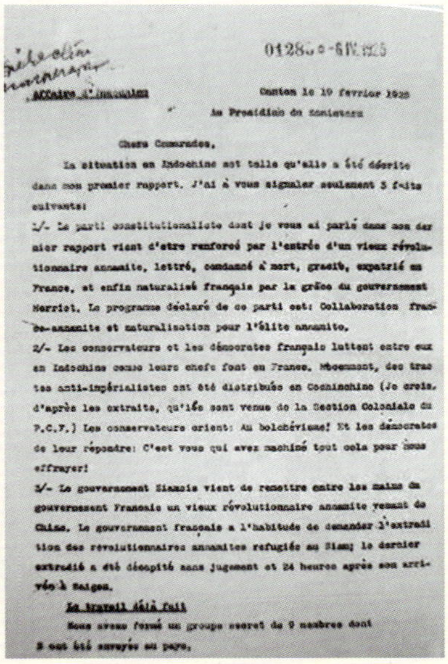

Affaire d'Indochine

Canton le 19 fevrier 1925

Au Presidium du Comintern

Chers Camarades,

La situation en Indochine est telle qu'elle a été décrite dans mon premier rapport. J'ai à vous signaler seulement 3 faits suivants:

1/- Le parti constitutionaliste dont je vous ai parlé dans mon dernier rapport vient d'etre renforcé par l'entrée d'un vieux révolutionnaire annamite, lettré, condamné à mort, gracié, expatrié en France, et enfin naturalisé français par la grâce du gouvernement Herriot. Le programme déclaré de ce parti est: Collaboration franco-annamite et naturalisation pour l'élite annamite.

2/- Les conservateurs et les démocrates français luttent entre eux en Indochine comme leurs chefs font en France. Récemment, des tractes anti-impérialistes ont été distribués en Cochinchine (Je crois, d'après les extraits, qu'ils sont venus de la Section Coloniale du P.C.F.) Les conservateurs crient: Au bolchévisme! Et les démocrates de leur répondre: C'est vous qui avez machiné tout cela pour nous effrayer!

3/- Le gouvernement Siamois vient de remettre entre les mains du gouvernement Francais un vieux révolutionnaire annamite venant de Chine. Le gouvernement français a l'habitude de demander l'extradition des révolutionnaires annamites refugiés au Siam; le dernier extradié a été décapité sans jugement et 24 heures après son arrivée à Saigon.

Le travail déjà fait

Nous avons formé un groupe secret de 9 membres dont 3 ont été envoyés au pays,

1925 年 2 月 19 日，胡志明在广州写给共产国际执委会的信。

Thư Hồ Chí Minh gửi Ban chấp hành Quốc tế Cộng sản ngày 19 tháng 2 năm 1925.

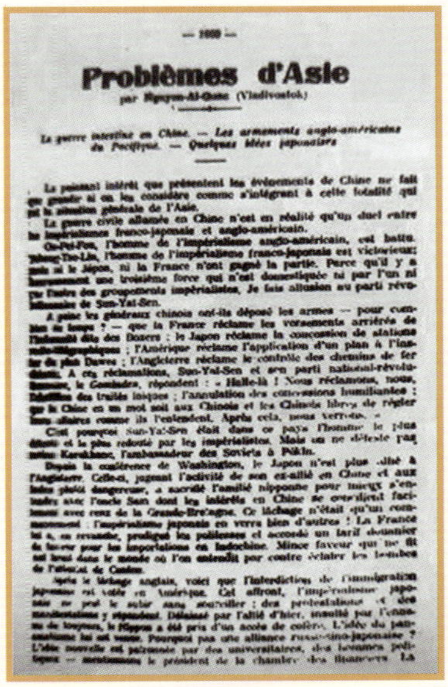

Problèmes d'Asie

par Nguyen-Ai-Quac (Vladivostok)

胡志明在广州撰写发表在共产国际《国际通讯》1925 年第 10 期的文章《亚洲的一些问题》。

Khi ở Quảng Châu Hồ Chí Minh đã viết bài *"Một số vấn đề châu Á"* đăng trên *"Thông tin quốc tế"* của Quốc tế Cộng sản số tháng 10 năm 1925.

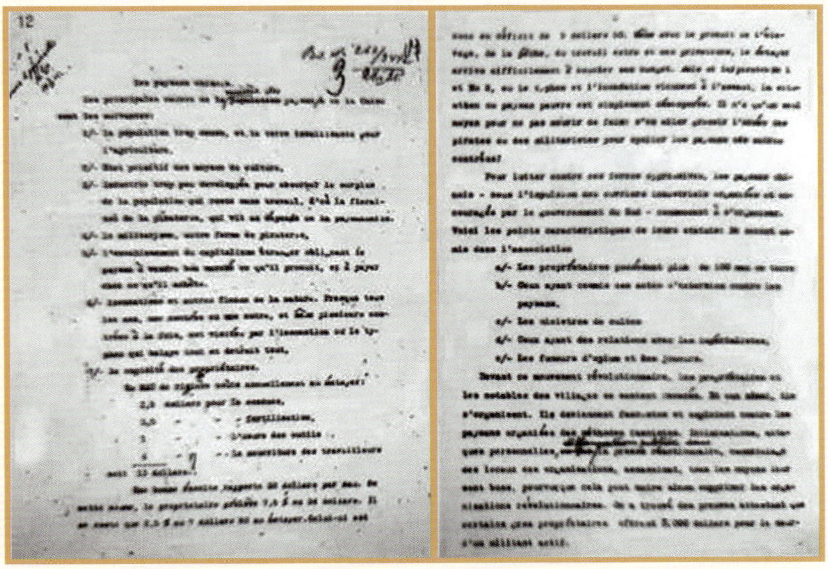

1925 年 3 月 21 日，胡志明在广州撰写的《中国农民的境况》一文。

Bài *"Cảnh ngộ nông dân Trung Quốc"* do Hồ Chí Minh viết ngày 21 tháng 3 năm 1925 tại Quảng Châu.

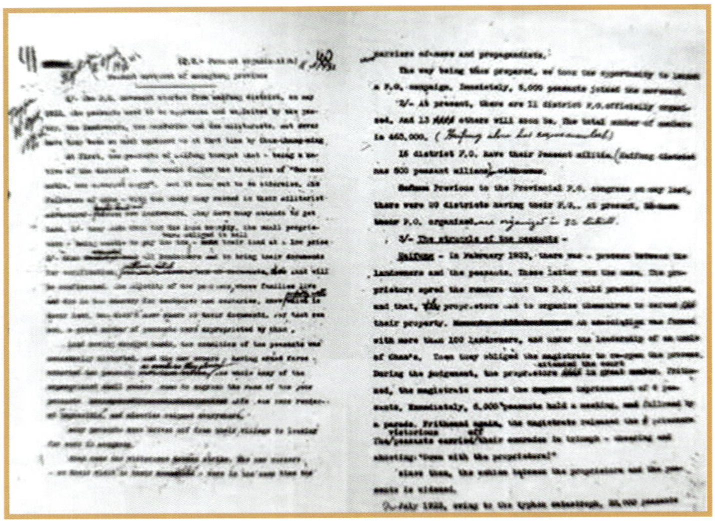

1925 年 10 月 16 日，胡志明在广州撰写的《广东的农民运动》一文。

Bài *"Phong trào nông dân Quảng Đông"* do Hồ Chí Minh viết ngày 16 tháng 10 năm 1925 tại Quảng Châu.

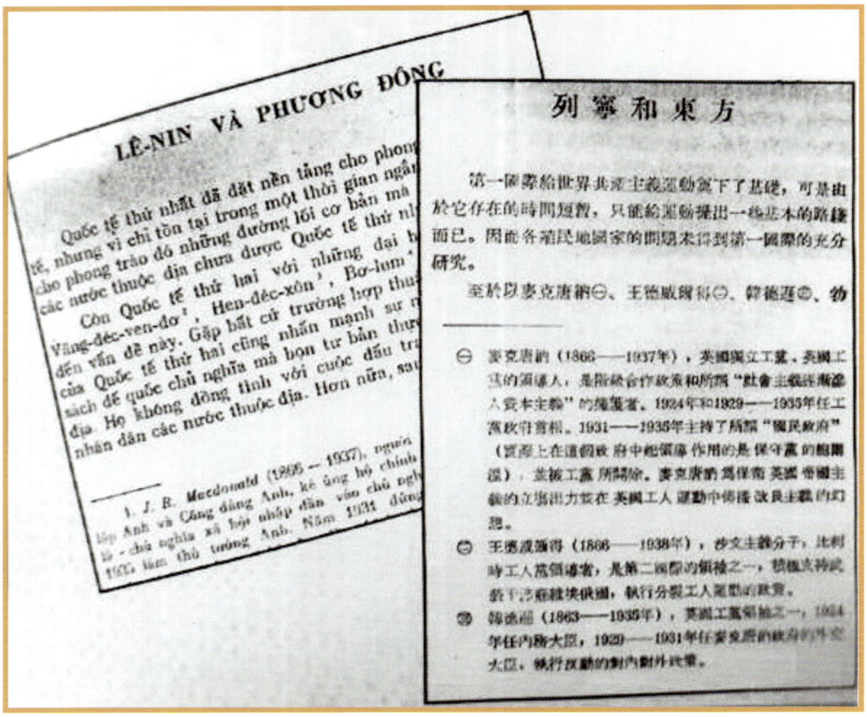

LÊ-NIN VÀ PHƯƠNG ĐÔNG

Quốc tế thứ nhất đã đặt nền tảng cho phong
tế, nhưng vì chỉ tồn tại trong một thời gian ngắn
cho phong trào đó những đường lối cơ bản mà
các nước thuộc địa chưa được Quốc tế thứ nh
Còn Quốc tế thứ hai với những đại b
Văng-đéc-ven-đơ², Hen-đéc-xơn³, Bơ-lum⁴
đến vấn đề này. Gặp bất cứ trường hợp thu
của Quốc tế thứ hai cũng nhấn mạnh sự n
sách đế quốc chủ nghĩa mà bọn tư bản thự
địa. Họ không đồng tình với cuộc đấu tra
nhân dân các nước thuộc địa. Hơn nữa, sa

1. J. R. Macdonald (1866 – 1937), nguyên
lãnh đạo Đảng Lao động Anh và Công đảng Anh, kẻ ủng hộ chính
sách hợp tác giai cấp và cái gọi là "chủ nghĩa xã hội nhập dần vào chủ nghĩa tư bản". Năm 1924 và 1929 – 1935 làm thủ tướng Anh. Năm 1931 đứng

列寧和東方

第一國際給世界共產主義運動奠下了基礎，可是由於它存在的時間短暫，只能給運動提出一些基本的路綫而已。因而各殖民地國家的問題未得到第一國際的充分研究。

至於以麥克唐納㈠、王德威爾得㈡、韓德遜㈢、勃

㈠ 麥克唐納（1866——1937年），英國獨立工黨、英國工黨的領導人，是階級合作政策和所謂"社會主義逐漸長入資本主義"的擁護者。1924年和1929——1935年任工黨政府首相。1931——1935年主持了所謂"國民政府"（實際上在這個政府中起領導作用的是保守黨的頭頭），並被工黨所開除。麥克唐納爲保衛英國帝國主義的立場出力並在英國工人運動中傳播改良主義的幻想。

㈡ 王德威爾得（1866——1938年），改良主義分子，比利時工人黨領導者，是第二國際的領袖之一，積極支持武裝干涉蘇維埃俄國，執行分裂工人運動的政策。

㈢ 韓德遜（1863——1935年），英國工黨領袖之一，1924年任內務大臣，1929——1931年任麥克唐納政府的外交大臣，執行反動的對內對外政策。

胡志明在广州撰写的文章《列宁和东方》，发表在 1926 年 1 月 21 日的苏联《号角报》。

Bài *"Lê-nin và Phương Đông"* do Hồ Chí Minh viết tại Quảng Châu và đăng trên báo *"Tiếng tù và"* Liên Xô ngày 21 tháng 1 năm 1926.

胡志明把在各期训练班的讲稿汇编成《革命之路》一书，为越南革命指明了方向。

Hồ Chí Minh đã biên soạn những bài giảng trên các kỳ *Lớp huấn luyện* thành tập sách *"Đường Kách mệnh"*, chỉ rõ phương hướng cho cách mạng Việt Nam.

1927 年 4 月，蒋介石集团叛变革命。同年 12 月，中国共产党领导的广州起义爆发。图为广州起义中的工人赤卫队，其中也有越南革命者参加。

Tháng 4 năm 1927, tập đoàn Tưởng Giới Thạch Quốc dân đảng phản bội cách mạng. Trong ảnh là Đội Xích vệ công nhân trong cuộc *Khởi nghĩa Quảng Châu*, trong đó có sự tham gia của những người cách mạng Việt Nam.

黄埔军校的越南学员冯志坚，曾参加广州起义。

Phùng Chí Kiên, học viên Việt Nam *Trường Quân sự Hoàng Phố* từng tham gia *Khởi nghĩa Quảng Châu.*

黄埔军校的越南学员黎鸿峰，曾参加广州起义。

Lê Hồng Phong, học viên Việt Nam *Trường Quân sự Hoàng Phố* từng tham gia *Khởi nghĩa Quảng Châu.*

黄埔军校的越南学员洪水，曾参加广州起义，失败后转入中央苏区。他参加过长征，后来回到越南。他是中越“两国将军”。

Hồng Thủy (Nguyễn Sơn), học viên Việt Nam tại *Trường Quân sự Hoàng Phố* từng tham gia *Khởi nghĩa Quảng Châu*, sau khi thất bại đã chuyển về *Khu Xô-viết Trung ương* và tham gia *Vạn lý Trường chinh*, về sau trở về Việt Nam. Ông là *"Lưỡng quốc tướng quân"* Trung-Việt.

1963 年 10 月，胡志明到广州时曾专门瞻仰广州起义烈士陵园。

Vườn Liệt sĩ Khởi nghĩa Quảng Châu. Tháng 10 năm 1963 Hồ Chủ tịch đã từng đến tưởng niệm các liệt sĩ.

3 在香港成立越南共产党

Thành lập Đảng Cộng sản Việt Nam tại Hồng Kông

20 世纪 30 年代初的香港。

Hồng Kông đầu thập niên 30 thế kỷ XX.

1929 年 12 月，根据共产国际的指示，胡志明化名“宋文初”来到中国香港，准备召开统一越南三个共产主义组织为一个共产党组织的会议。

Tháng 12 năm 1929, thể theo chỉ thị của Quốc tế Cộng sản Hồ Chí Minh lấy bí danh Tống Văn Sơ đến Hồng Kông Trung Quốc chuẩn bị triệu tập hội nghị hợp nhất 3 tổ chức Cộng sản Việt Nam thành một Đảng Cộng sản.

在中国共产党香港组织的帮助下，胡志明租住了九龙谭公道 186 号的一间房屋开展筹备工作。

Được sự giúp đỡ của tổ chức Đảng Cộng sản Trung Quốc tại Hồng Kông, Hồ Chí Minh đã ở vào căn nhà thuê số 186 tại Đàm Công Đạo Cửu Long Hồng Kông triển khai công tác trù bị.

香港谭公道街道标志牌。

Biển tiêu chí phố Đàm Công Đạo Hồng Kông.

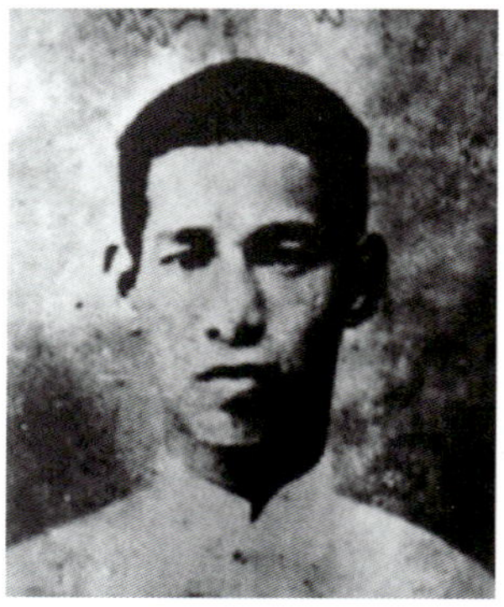

出席越南共产党成立会议的代表郑庭九。

Đại biểu Trịnh Đình Cửu tham gia Hội nghị thành lập *Đảng Cộng sản Đông Dương.*

出席越南共产党成立会议的代表阮德景。

Đại biểu Nguyễn Đức Cảnh tham gia Hội nghị thành lập *Đảng Cộng sản Đông Dương.*

出席越南共产党成立会议的代表周文廉。

Đại biểu Chu Văn Liêm tham gia Hội nghị thành lập *Đảng Cộng sản Đông Dương.*

出席越南共产党成立会议的代表阮绍。

Đại biểu Nguyễn Thiệu tham gia Hội nghị thành lập *Đảng Cộng sản Đông Dương.*

在共产国际代表胡志明的主持下，越南共产党成立会议在胡志明住所以打麻将为掩护进行。（此油画由越南胡志明博物馆供稿）

Dưới sự chủ trì của Đại diện Quốc tế Cộng sản Hồ Chí Minh, Hội nghị thành lập Đảng đã được ngụy trang bằng hình thức "đánh mạt chược". (Tranh do *Bảo tàng Hồ Chí Minh* cung cấp)

越南代表们有时假装成游客来到香港九龙宋王台海边开会。

Đôi khi các đại biểu lại dạo bước đến bên bờ biển tại Tống Vương Đài ở Cửu Long giả danh du khách để tiếp tục cuộc họp.

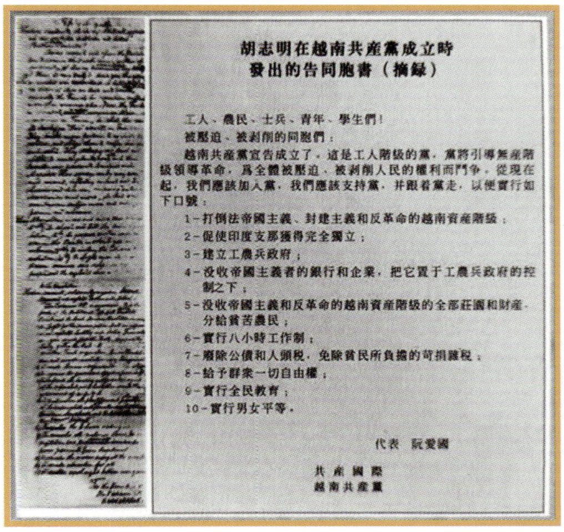

胡志明在越南共產黨成立時
發出的告同胞書（摘録）

工人、農民、士兵、青年、學生們！
被壓迫、被剥削的同胞們：
越南共產黨宣告成立了，這是工人階級的黨，黨將引導無產階級領導革命，爲全體被壓迫、被剥削人民的權利而鬥爭。從現在起，我們應該加入黨，我們應該支持黨，并跟着黨走，以便實行如下口號：
1－打倒法帝國主義、封建主義和反革命的越南資產階級；
2－促使印度支那獲得完全獨立；
3－建立工農兵政府；
4－没收帝國主義者的銀行和企業，把它置于工農兵政府的控制之下；
5－没收帝國主義和反革命的越南資產階級的全部莊園和財產，分給貧苦農民；
6－實行八小時工作制；
7－廢除公債和人頭税，免除貧民所負擔的苛捐雜税；
8－給予群衆一切自由權；
9－實行全民教育；
10－實行男女平等。

代表 阮愛國

共產國際
越南共產黨

1930 年 2 月 3 日，越南共产党成立后，胡志明从香港向越南国内发出的号召书。

Ngày 3 tháng 2 năm 1930, *Đảng Cộng sản Đông Dương* (tức *Đảng Cộng sản Việt Nam* ngày nay) chính thức thành lập, từ Hồng Kông Hồ Chí Minh gửi lời kêu gọi về trong nước Việt Nam.

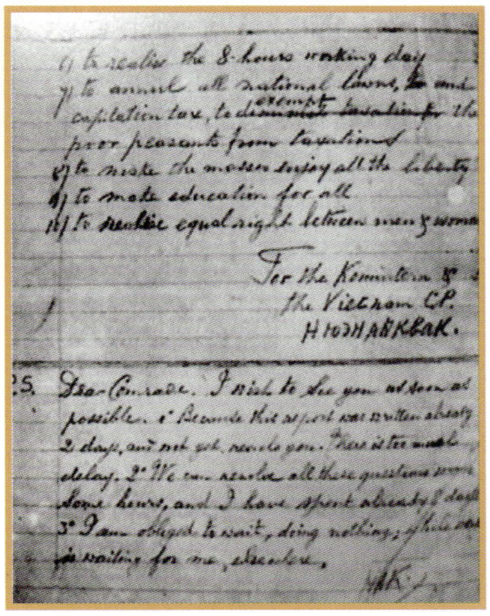

to realise the 8-hours working day
to make education for all
to realise equal right between men & women

For the Komintern &
the Vietnam CP.

P.S. Dear Comrade. I wish to see you as soon as possible.

胡志明就越南共产党成立从香港写给共产国际的报告。

Báo cáo của Hồ Chí Minh với Quốc tế Cộng sản về việc thành lập *Đảng Cộng sản Đông Dương*.

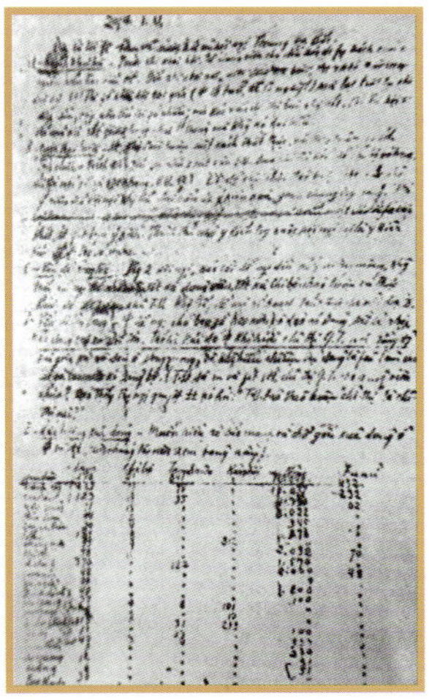

1930 年 4 月，胡志明从香港向越南国内寄发的信件。

Thư từ Hồ Chí Minh gửi từ Hồng Kông về trong nước Việt Nam tháng 4 năm 1930.

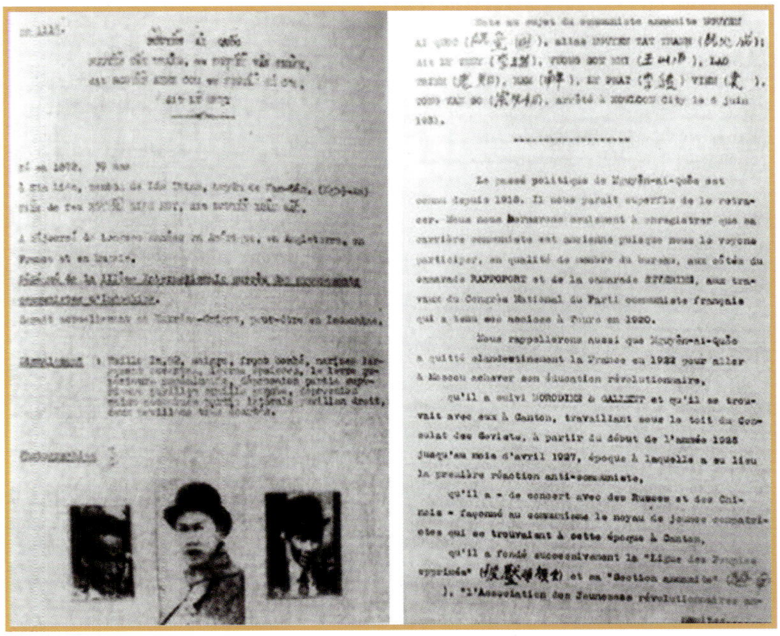

越南法国殖民当局早就图谋逮捕胡志明。图为他们签发缉捕胡志明的文件，上面有胡志明的相关信息。

Nha cầm quyền thực dân Pháp tại Việt Nam sớm đã có ý đồ bắt giữ Hồ Chí Minh. Trong ảnh là văn kiện đã ký về việc bắt giữ Hồ Chí Minh, trong đó có những thông tin về Người.

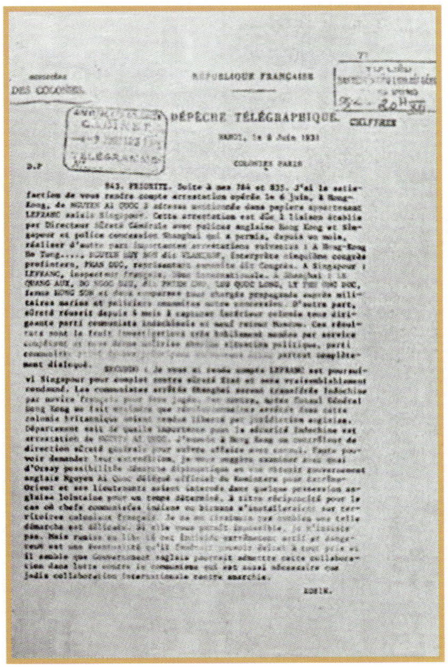

法国密探从在新加坡被捕的共产国际特派员住所搜到了胡志明在香港的住址，1931 年 6 月 6 日，胡志明在香港被捕。图为 6 月 8 日越南法国殖民当局就胡志明被捕给国内发的电文。

Mật thám Pháp đã qua lục soát nơi ở của đặc phái viên Quốc tế Cộng sản bị bắt ở Xingapoer mà tìm được địa chỉ của Hồ Chí Minh ở Hồng Kông. Ngày 6 tháng 6 năm 1931, Hồ Chí Minh bị bắt tại Hồng Kông. Trong ảnh là điện văn ngày 8 tháng 6 của nhà cầm quyền Pháp tại Việt Nam gửi về nước Pháp về việc Hồ Chí Minh đã bị bắt giữ.

胡志明在香港被捕后，被关押在奥卑利街域多利监狱。

Sau khi bị bắt tại Hồng Kông Hồ Chí Minh bị giam tại nhà tù Victoria trên phố Auberley.

胡志明曾在监狱附设的医院治病。

Trong nhà tù có đặt bệnh viện, Hồ Chí Minh từng chữa bệnh tại đây.

胡志明被捕后，红色国际救助会聘请了在香港的进步律师罗士比为胡志明辩护。

Sau khi Hồ Chí Minh bị bắt, *Hội Quốc tế cứu tế Đỏ* đã mời luật sư tiến bộ tại Hồng Kông Lô-dơ-bi cãi hộ cho Hồ Chí Minh.

1931 年 7—9 月，胡志明的案件在香港法院旧址进行了 9 次开庭审理，罗士比律师为其多次辩护。

Tòa án Hồng Kông. Từ tháng 7 đến tháng 9 năm 1931 tại đây đã diễn ra 9 phiên tòa xét xử Hồ Chí Minh, và được luật sư Lô-dơ-bi bào chữa hộ.

1932 年 7 月，胡志明被宣布无罪释放。出狱后，胡志明暂住在窝打老道的香港基督教青年会。

Tháng 7 năm 1932, Hồ Chí Minh được tuyên bố trắng án và trả lại tự do. Sau khi ra khỏi nhà lao Hồ Chí Minh về tạm trú tại *Hội Thanh niên Cơ đốc giáo* Hồng Kông ở đường Oa-téc-lô.

为使胡志明顺利离开香港，罗士比律师为胡志明准备了化装出行的衣服、鞋帽，以及眼镜。

Để giúp cho Hồ Chí Minh có thể rời Hồng Kông một cách thuận lợi, luật sư Lô-dơ-bi đã chuẩn bị bộ quần áo, mũ, kính để Người cải trang.

红色国际救助会给胡志明赠送了一块怀表。

Hội Quốc tế cứu tế Đỏ cũng tặng chiếc đồng hồ quả quít cho Hồ Chí Minh.

1933 年 1 月 22 日，胡志明化装成商人从香港乘船经厦门前往上海。

Ngày 22 tháng 1 năm 1933, Hồ Chí Minh cải trang thành một thương nhân rời khỏi Hồng Kông ghé qua Hạ Môn rồi đến Thượng Hải.

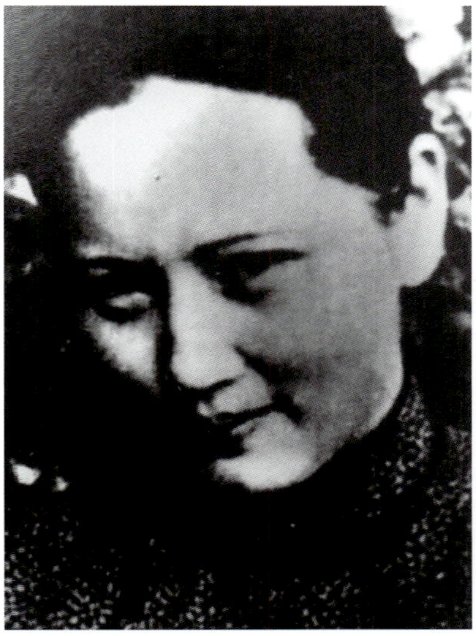

胡志明到达上海后，找不到党组织，便求助于孙中山夫人宋庆龄。

Sau khi đến Thượng Hải do không liên lạc được với tổ chức Đảng Hồ Chí Minh bèn nhờ bà Tống Khánh Linh giúp đỡ.

20 世纪 30 年代，宋庆龄在上海的寓所。

Nơi ở bà Tống Khánh Linh tại Thượng Hải thập kỷ 30 thế kỷ XX.

在宋庆龄的帮助下，胡志明从上海取道符拉迪沃斯托克（海参崴）回到莫斯科。1955 年 6 月，胡志明访华与宋庆龄会见时，对当年宋庆龄相助之事表示感谢。

Được sự giúp đỡ của bà Tống Khánh Linh, Hồ Chí Minh đã rời Thượng Hải ghé qua Vla-đi-vô-xtốc rồi trở về Moscow. Nhiều năm sau này, vào tháng 6 năm 1955, khi Hồ Chí Minh đến thăm Trung Quốc và gặp lại bà Tống Khánh Linh, Người đã bày tỏ cảm ơn đối với sự giúp đỡ năm xưa của bà Tống Khánh Linh.

4 抗日战争时期在中国

Ở Trung Quốc trong thời kỳ Cuộc kháng chiến chống Nhật

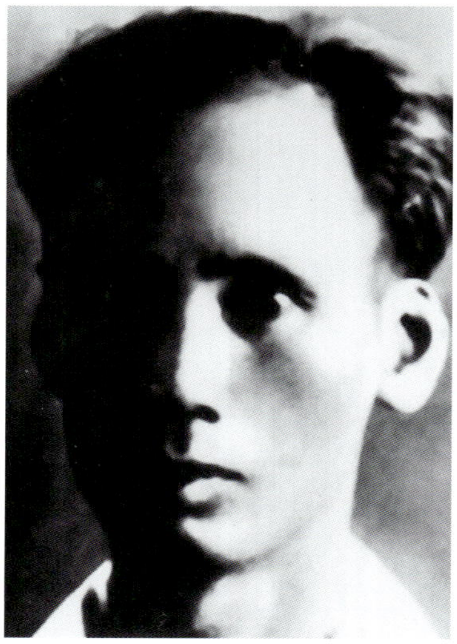

1936 年的胡志明。

Hồ Chí Minh năm 1936.

1938 年 12 月下旬，胡志明自莫斯科来到中国革命圣地延安。

Diên An thánh địa cách mạng Trung Quốc. Hạ tuần tháng 12 năm 1938, Hồ Chí Minh từ Moscow đến với nơi đây.

与中共中央领导同志会见后，胡志明跟随叶剑英南下至广西桂林，化名“胡光”，在八路军桂林办事处工作。

Sau khi gặp gỡ với các đồng chí lãnh đạo Trung ương Đảng Cộng sản Trung Quốc Hồ Chí Minh đã cùng đồng chí Diệp Kiếm Anh đến thành phố Quế Lâm Quảng Tây, lấy bí danh là Hồ Quang và làm việc tại *Văn phòng Đại diện Bát Lộ Quân* ở Quế Lâm.

桂林市北郊路莫村，是八路军桂林办事处机关驻地，胡志明在该机构救亡室工作。

Mạc Thôn đường Bắc Giao thành phố Quế Lâm. Từng là nơi trú đóng của *Văn phòng Đại diện Bát Lộ Quân*, Hồ Chí Minh từng công tác ở *Văn phòng Cứu vong* của *Trụ sở Văn phòng Đại diện Bát Lộ Quân* tại đây.

八路军桂林办事处救亡室办公地莫氏宗祠。

Đền Mạc Thị nơi trú đóng của *Văn phòng Cứu vong* thuộc *Văn phòng Đại diện Bát Lộ Quân tại Quế Lâm.*

八路军桂林办事处救亡室内景。

Khung cảnh bên trong *Văn phòng Cứu vong* thuộc *Văn phòng Đại diện Bát Lộ Quân Quế Lâm.*

胡志明在八路军桂林办事处使用过的棉被和金丝眼镜。胡志明后来将此眼镜送给八路军桂林办事处吴奚如。

Chăn bông và cặp kính Hồ Chí Minh từng sử dụng tại Văn phòng Bát Lộ Quân Quế Lâm. Sau này Người đã tặng lại cho đồng chí Ngô Hề Như ở Văn phòng Bát Lộ Quân.

胡志明在八路军桂林办事处使用的法文打字机，由八路军办事处交通员从越南海防买回来送给胡志明使用。

Chiếc máy đánh chữ tiếng Pháp Hồ Chí Minh sử dụng tại *Văn phòng Đại diện* Bát Lộ Quân *Quế Lâm*. Các đồng chí giao liên của *Văn phòng Đại diện Bát Lộ Quân Quế Lâm* đã từ Hải Phòng Việt Nam mua về chiếc máy này tặng Người sử dụng.

1939 年 6—9 月，胡志明与八路军桂林办事处部分工作人员来到湖南衡山参加西南游击干部训练班工作。

Hằng Sơn Nam Nhạc tỉnh Hồ Nam. Từ tháng 6 – 9 năm 1939 Hồ Chí Minh cùng với một số đồng chí trong *Văn phòng Bát Lộ Quân Quế Lâm* đến đây tham gia công tác của *Lớp huấn luyện Cán bộ du kích vùng Tây Nam.*

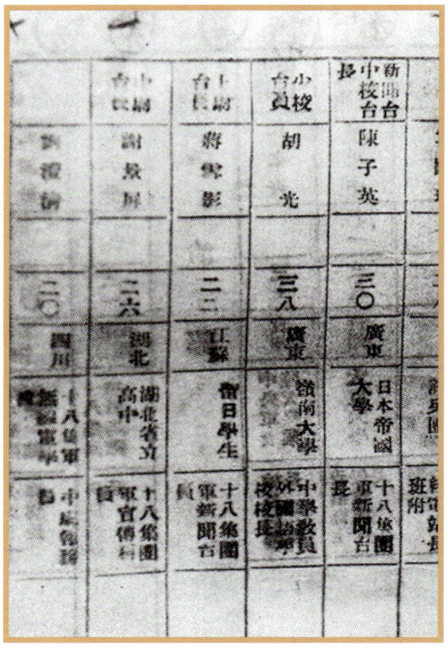

新聞台中校台長	小校台員	上尉台員	中尉台員	[illegible]
陳子英	胡光	蔣雪影	謝敖屏	[illegible]
三〇	三八	二二	二六	二〇
廣東	廣東	江蘇	湖北	四川
日本帝國大學	嶺南大學	留日學生	湖北省立高中	[illegible]
十八集團軍新聞台長	中學教員 [illegible]	十八集團軍新聞台	十八集團軍軍官傳習	[illegible]

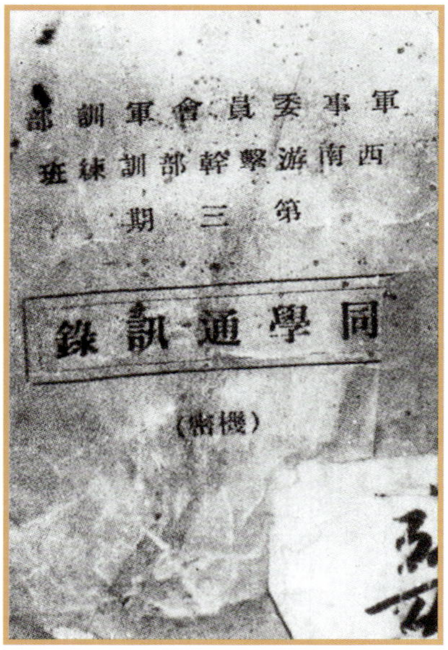

軍事委員會訓練部
西南游擊幹部訓練班
第三期
同學通訊錄
(機密)

胡志明在西南游击干部训练班填报的个人信息。

Thông tin cá nhân mà Hồ Chí Minh đã ghi lại tại *Lớp huấn luyện Cán bộ du kích vùng Tây Nam.*

1940年春，胡志明来到云南昆明，与设在这里的越南共产党秘密组织取得联系。图为胡志明当时的住地金碧路咖啡馆旧址（后为金碧甜品店）。

Mùa xuân năm 1940, Hồ Chí Minh đến Côn Minh tỉnh Vân Nam, bắt được liên lạc với tổ chức Đảng Việt Nam đang hoạt động bí mật tại đây. Trong ảnh là quán cà phê trên đường Kim Bích nơi Hồ Chí Minh đã ở lúc bấy giờ.

胡志明在昆明的另一个住处——华山南路的图书发行部旧址。

Ban Phát hành sách nằm ở đường Hoa Sơn Nam, một nơi ở khác của Hồ Chí Minh tại Côn Minh.

昆明翠湖公园是胡志明与越南共产党人员秘密接头的地方。

Công viên Thúy Hồ Côn Minh, nơi mà Hồ Chí Minh và những người Cộng sản Việt Nam thường tiếp xúc bí mật.

在云南期间，胡志明曾到滇越铁路沿线考察越侨中党的秘密组织的活动。图为胡志明到过的芷村火车站旧址。

Trong thời gian ở Côn Minh, Hồ Chí Minh khảo sát tình hình triển khai hoạt động bí mật trong Việt kiều dọc tuyến đường sắt Vân Nam – Việt Nam. Trong ảnh là ga xe lửa Chỉ Thôn nơi Hồ Chí Minh từng đến khảo sát công tác.

八路军贵阳办事处是胡志明往返于云南、重庆和广西的落脚点。

Văn phòng Bát Lộ Quân Quý Dương là nơi nghỉ chân của Hồ Chí Minh trên đường qua lại giữa Vân Nam và Quảng Tây.

胡志明曾在八路军重庆办事处与中国共产党就抗战局势交换意见。

Hồ Chí Minh còn từng đến *Văn phòng Đại diện Bát Lộ Quân* ở Trùng Khánh để trao đổi ý kiến với Đảng Cộng sản Trung Quốc về tình hình Cuộc kháng chiến.

1940 年 10 月，胡志明率领在云南活动的越南共产党人员转移至广西桂林，同年 11—12 月，胡志明以“平山”为笔名撰写 10 余篇文章发表在《救亡日报》上。图为桂林《救亡日报》编辑部旧址。

Di tích *Ban biên tập “Cứu vong Nhật báo”* Quế Lâm. Tháng 10 năm 1940, Hồ Chí Minh đã chuyển các đồng chí Đảng viên Việt Nam đang hoạt động tại Vân Nam về Quế Lâm Quảng Tây. Vào quãng thời gian từ tháng 11 – 12, Hồ Chí Minh lấy bút danh “*Bình Sơn*” đã phát biểu hơn 10 bài viết đăng trên *“Cứu vong Nhật báo”*.

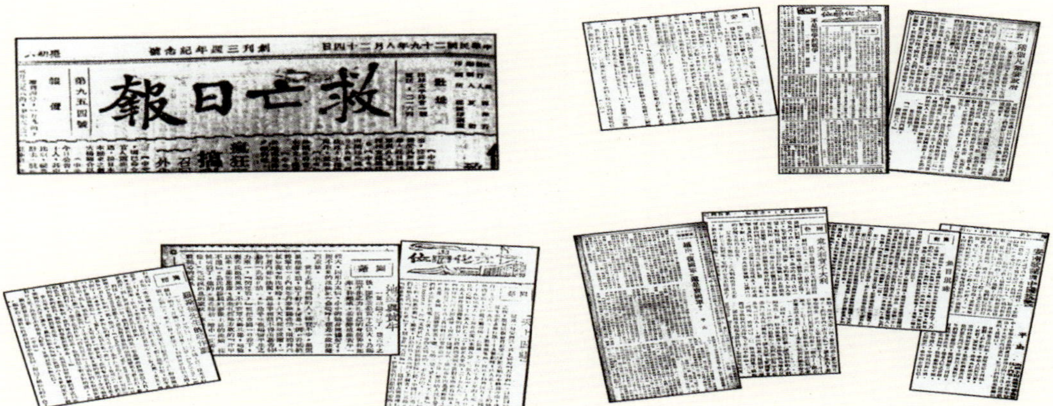

救亡日報

胡志明在桂林《救亡日报》上发表的文章。

Bài viết Hồ Chí Minh đăng trên *“Cứu vong Nhật báo”* Quế Lâm.

1940 年 12 月下旬，胡志明率领在桂林的越南共产党人员转移至靖西活动，住在位于靖西县新圩街的越南共产党秘密联络点。

Phố Tân Khư huyện Tĩnh Tây. Hạ tuần tháng 12 năm 1940, Hồ Chí Minh đã đưa các nhân viên công tác của *Đảng Cộng sản* Đông Dương tại Quế Lâm về huyện Tĩnh Tây triển khai hoạt động. Đây là địa điểm liên lạc bí mật của Đảng và nơi Người ở khi vừa đặt chân lên đất Tĩnh Tây.

靖西县葛吞乡灵光村念光屯外景。1941 年 1 月，胡志明在此举办训练班培训越南革命干部，来自越南高平等地的 40 多名革命青年在此参加学习。

Bản Nậm Quang thôn Linh Quang xã Cát Thốn huyện Tĩnh Tây. Tháng 1 năm 1941, Hồ Chí Minh đã tổ chức *Lớp đào tạo cán bộ cách mạng Việt Nam* tại đây, hơn 40 thanh niên đến từ tỉnh Cao Bằng và các nơi khác Việt Nam đã về đây tham gia đào tạo.

念光屯训练班越南学员曾居住的房子。

Nhà ở cho học viên Việt Nam thời gian tham gia *Lớp đào tạo* tại bản Nậm Quang.

胡志明在念光屯时，曾住在村民许国庆家里。

Ngôi nhà của ông Hứa Quốc Khánh trong bản Nậm Quang nơi Hồ Chí Minh nghỉ chân.

胡志明住在许家时使用过的东西。

Vật cụ mà Hồ Chí Minh từng sử dụng trong nhà ông Hứa Quốc Khánh.

胡志明亲自为越南干部训练班的学员讲课。（油画作者：覃增雄）

Hồ Chí Minh đã đích thân giảng bài cho các học viên *Lớp đào tạo cán bộ Việt Nam*. (Họa sĩ: Đàm Tăng Hùng)

训练班结束后，全体学员被派回越南开展革命活动。1941 年 1 月 28 日，胡志明与几位战友自靖西边境返回越南高平省北坡。（此油画由越南胡志明博物馆供稿）

Sau khi *Lớp đào tạo* kết thúc, tất cả các học viên đã được cử về trong nước triển khai hoạt động cách mạng. Ngày 28 tháng 1 năm 1941, Hồ Chí Minh cùng với một số các bạn chiến đấu của mình đã từ biên giới Tĩnh Tây về tới Pắc Bó tỉnh Cao Bằng Việt Nam. (Tranh sơn dầu do *Bảo tàng Hồ Chí Minh* cung cấp)

当年，胡志明从靖西返回越南时经过的中越边境旧 108 号（新编 675 号）界碑处。

Vùng Tĩnh Tây Quảng Tây giáp cột mốc biên giới số 108 (nay mang số 675), nơi Hồ Chí Minh đi qua trên đường trở về Pác Bó Việt Nam năm xưa.

中越边境旧 108 号界碑，见证了胡志明离开祖国 30 年后回国的瞬间。

Cột mốc số 108 (cũ) biên giới Trung-Việt – nơi ghi dấu ấn khoảnh khắc Hồ Chí Minh về nước sau 30 năm rời xa Tổ quốc.

靖西县人民在当年胡志明回国经过的地方修建“胡志明亭”作为纪念。

Nhân dân huyện Tĩnh Tây đã xây *Ngôi đình Hồ Chí Minh* tại nơi mà Người đã đi qua năm xưa để kỷ niệm.

胡志明返回北坡前，布置留在靖西的战友在靖西县城新生街的这处房子建立“越盟”靖西办事处。

Trước khi trở về Pác Bó, Hồ Chí Minh đã bố trí cho các đồng chí ở lại Tĩnh Tây lập *Văn phòng Việt Minh* tại căn nhà ở phố Tân Sinh huyện Tĩnh Tây.

1941 年越南共产党中央在北坡召开党中央八次会议之后，胡志明于 6 月 6 日在靖西“越盟”办事处写下《告越南同胞书》这篇战斗文告。（油画作者：覃增雄）

Sau *Hội nghị Trung ương Đảng lần thứ 8* họp tại Pắc Bó năm 1941, Hồ Chí Minh đã trở lại *Văn phòng Việt Minh* tại Tĩnh Tây và soạn thảo *“Thư gửi đồng bào Việt Nam”* vào ngày 6 tháng 6. (Họa sĩ tranh sơn dầu: Đàm Tăng Hùng)

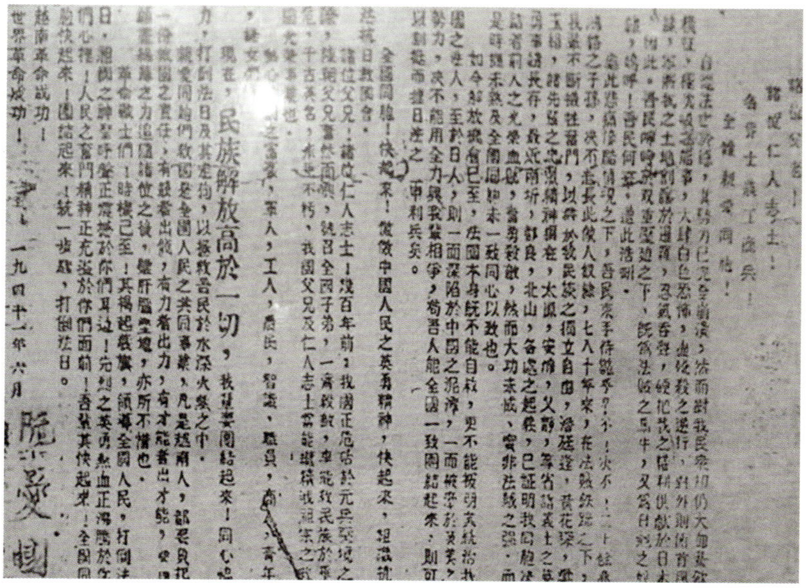

諸位父老！
諸位仁人志士！
各界士農工商兵！
全體親愛同胞！
自從法[illegible]，其勢力已完全崩潰，[illegible]而對我民束縛仍大加甚[illegible]
[illegible]，復大[illegible]，大肆白色恐怖，屠殺之進行，對外則俯首[illegible]
[illegible]，[illegible]吾民之土地割讓於暹羅，忍氣吞聲，[illegible]之權利供獻於日本
如此，吾民陷於雙重壓迫之下，既爲法賊之馬牛，又爲日寇之[illegible]
隸，嗚呼！吾民何罪，遭此浩劫。
處此悲慘情況之下，吾民束手待斃乎？不！決不！二十餘年
我越不斷犧牲奮鬥，以爭取越民族之獨立自由，潘廷逢，黃花探，[illegible]
大根，諸先烈之忠烈精神猶在，太原，安沛，又靜，等省諸義士之英
勇事蹟長存，最近南圻，都良，北山，各處之起義，已證明我國同胞決
心步前人之光榮血跡，奮身殺敵，然而大功未成，實非法賊之强，而
是時機未熟及全國同胞未一致同心以致也。
如今時機業已至，法國本身既不能自救，更不能援助其殖在
國之吾人，至於日人，則一面深陷於中國之泥濘，一面被英美之[illegible]
勢力，我不能用全力與我爭相爭，若吾人能全國一致團結起來，則可
以制勝而推倒法日者之軍利兵矣。
全國同胞！快起來！發揚中國人民之英勇精神，快起來，組織救
[illegible]抗日救國會。
諸位父兄！諸位仁人志士！幾百年前，我國正危殆於元兵突境之
際，我國父兄奮然而興，號召全國子弟，一齊殺敵，卒能救民族於垂
危，千古英名，永垂不朽，我國父兄及仁人志士當能繼續我祖宗之
[illegible]事業也。
[illegible]之富豪，軍人，工人，農民，智識，職員，商人，青年
，婦女們[illegible]
現在，民族解放高於一切，我們要團結起來！同心協
力，打倒法日及其走狗，以拯救吾民於水深火熱之中。
親愛同胞們！救國是全國人民之共同事業，凡是越南人，都要負起
一份救國之責任，有錢者出錢，有力者出力，有才能者出才能，我[illegible]
願意犧牲之力追隨諸位之後，雖肝腦塗地，亦所不惜也。
革命戰士們！時機已至！其揭起義旗，領導全國人民，打倒法
日，激起之神聖呼聲正震響於你們耳邊！先烈之英勇熱血正沸騰於你
們心裡！人民之奮鬥精神正充盈於你們面前！吾們其快起來！全國同
胞快起來！團結起來！統一步驟，打倒法日。
越南革命成功！
世界革命成功！
一九四十一年六月
阮愛國

图为当时用中文印刷的《告越南同胞书》，署名“阮爱国”。

Bản in Trung văn *“Thư gửi đồng bào Việt Nam”* (Thư từ nước ngoài gửi về) lúc bấy giờ có ký tên *Nguyễn Ái Quốc*.

靖西县城“越盟”办事处旧址如今改建成“胡志明与壮族人民陈列馆”。

Di tích *Văn phòng Việt Minh* tại huyện lỵ Tĩnh Tây nay được xây dựng thành *“Nhà trưng bày Hồ Chí Minh với nhân dân dân tộc Choang”*.

1941—1942 年，胡志明常常在靖西乡村进行革命活动，受到村民多方掩护。图为胡志明经常活动的靖西县巴蒙街。

Những năm 1941 – 1942, Hồ Chí Minh thường xuyên đi lại giữa các thôn xóm huyện Tĩnh Tây hoạt động cách mạng và được những người dân địa phương yểm hộ che chở về nhiều mặt. Trong ảnh là phố Pà Mông huyện Tĩnh Tây nơi Người thường xuyên triển khai hoạt động.

靖西县巴蒙街村民徐伟三的家，是胡志明的可靠的落脚点。

Gia đình Từ Vĩ Tam ở phố Pà Mông huyện Tĩnh Tây là một trong những điểm trụ chân vững chắc của Hồ Chí Minh.

靖西县龙临街村民张其超的家，也是胡志明可靠的落脚点。

Gia đình Trương Kỳ Siêu ở phố Long Lâm huyện Tĩnh Tây cũng là một điểm trụ chân vững chắc của Hồ Chí Minh.

靖西县荣劳街村民林大凡的家，胡志明也是常来常往。

Gia đình Lâm Đại Phàm ở phố Vinh Lao huyện Tĩnh Tây là nơi Hồ Chí Minh thường xuyên qua lại.

巴蒙街村民曾在离村不远处找到隐秘岩洞“风洞”供胡志明小住。该岩洞石壁上留有胡志明的题词和题诗。

Người dân phố Pà Mông phát hiện hang “Thông Phong” kín đáo cách đường phố không xa làm nơi nghỉ chân cho Hồ Chí Minh. Trên vách hang hiện vẫn lưu lại bút tích chữ viết và thơ của Người.

龙临街村民在附近山上找到一处“德门洞”让胡志明小住。胡志明曾在洞内作诗。

Người dân phố Long Lâm cũng tìm được hang Đức Môn kín đáo ở khu vực không xa để Hồ Chí Minh nghỉ chân, Người cũng từng để lại bài thơ sáng tác trong hang.

1942年8月下旬，胡志明从靖西巴蒙街出发，在村民杨涛护送下前往重庆。（油画作者：覃增雄）

Hạ tuần tháng 8 năm 1942, được sự tháp tùng của người dân địa phương Dương Đào, Hồ Chí Minh xuất phát từ phố Pà Mông huyện Tĩnh Tây chuẩn bị đi Trùng Khánh.(Họa sĩ tranh sơn dầu: Đàm Tăng Hùng)

广西天保县（今德保县）足荣街。当年胡志明和杨涛走到这里时遭到国民党乡公所对其身份怀疑而被扣留。

Phố Túc Vinh huyện Thiên Bảo (nay là huyện Đức Bảo) Quảng Tây. Năm xưa Hồ Chí Minh và Dương Đào đã bị bọn hương cảnh Quốc dân đảng ở đây bắt giữ.

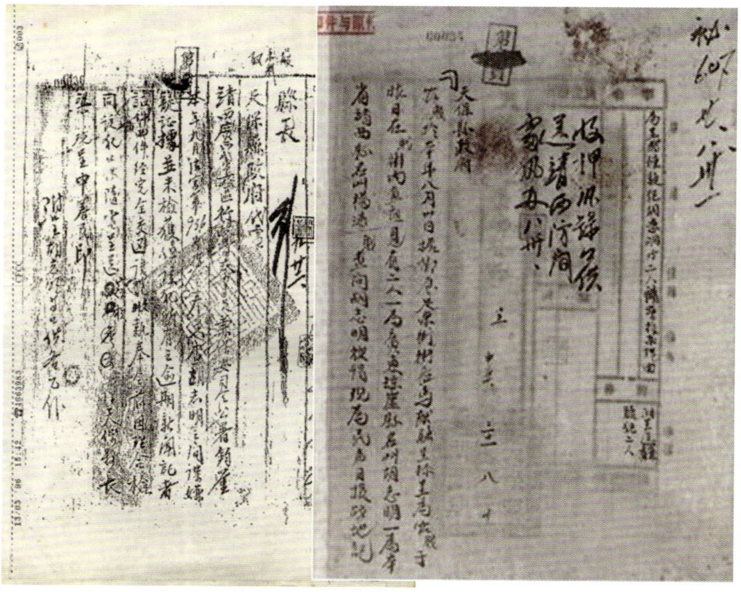

当年广西天等县和足荣乡关于扣押胡志明的文书。

Công văn về việc giam giữ Hồ Chí Minh của thôn Túc Vinh và huyện Thiên Đẳng năm xưa.

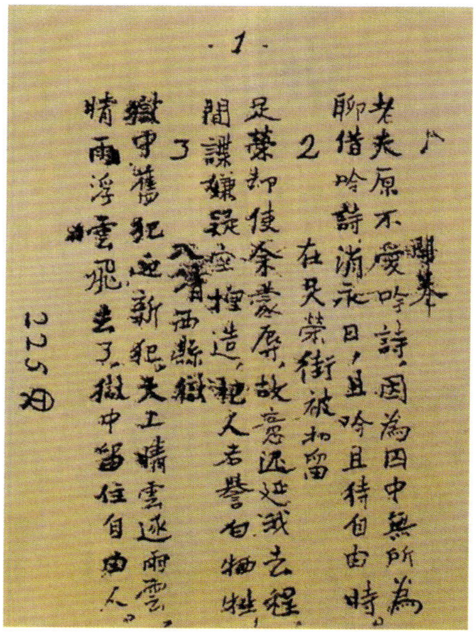

- 1 -

開卷

老夫原不愛吟詩，因為囚中無所為；
聊借吟詩消永日，且吟且待自由時。

2 在足榮街被扣留

足榮却使余蒙辱，故意延遲我去程；
間諜嫌疑空捏造，把人名譽白犧牲。

3 入靖西縣獄

獄中舊犯迎新犯，天上晴雲逐雨雲；
晴雨浮雲飛去了，獄中留住自由人。

225

1942年8月29日，胡志明被关押的第一天起，就开始写狱中诗。图为他最初写下的几首诗。

Ngay ngày đầu tiên (tức 29/8/1942) bị giam giữ Hồ Chí Minh đã bắt đầu viết thơ trong tù. Đây là mấy bài thơ đầu tiên do Người viết.

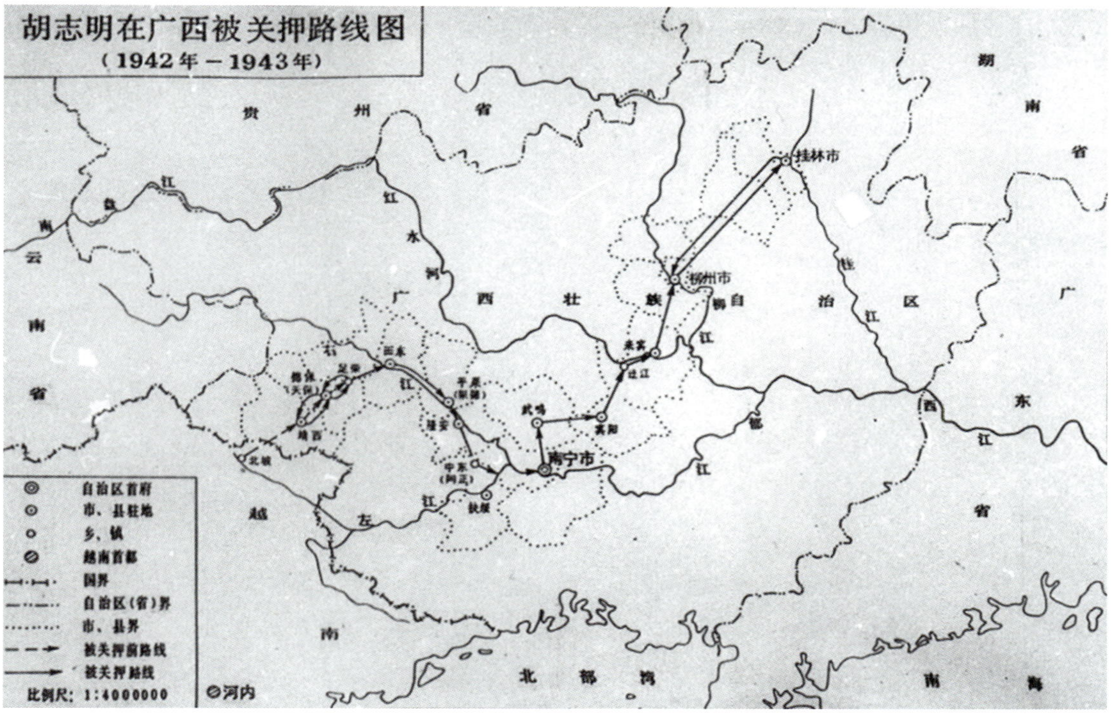

为了审查其身份，胡志明在广西被辗转关押，走过了 10 多个县市。

Hồ Chí Minh bị giải tới giải lui bị giam cầm và đi qua mười mấy huyện thị Quảng Tây, nhằm thẩm tra rõ tình hình của Người.

胡志明后来被送到柳州国民党第四战区政治部设在幡龙山岩洞的拘留所，在这里被监押审查。

Về sau Hồ Chí Minh bị áp giải đến nhà giam hang Phan Long thuộc *Bộ Chính trị Đệ tứ chiến khu* tại Liễu Châu, và bị giam cầm thẩm tra tại đây.

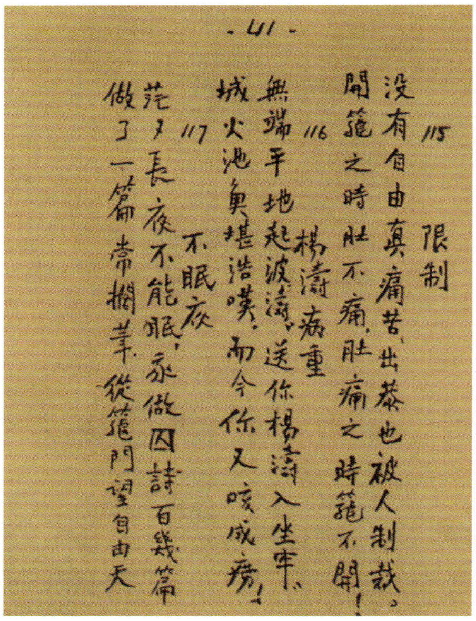

- 41 -

115 限制

沒有自由真痛苦，出恭也被人制裁。
開籠之時肚不痛，肚痛之時籠不開！

116 楊濤病重

無端平地起波濤，送你楊濤入坐牢。
城火池魚堪浩嘆，而今你又咳成癆！

117 不眠夜

茫々長夜不能眠，永做囚詩百幾篇，
做了一篇常擱筆，從籠門望自由天

在柳州关押期间，曾为胡志明带路的杨涛患下重病。胡志明十分伤心和内疚，写下《杨涛病重》一诗。

Trong thời gian bị giam cầm tại Liễu Châu, người dẫn đường và tháp tùng anh Dương Đào đã lâm bệnh nặng. Hồ Chí Minh rất áy náy và đau lòng đã viết bài thơ *"Dương Đào ốm nặng"*.

杨涛病死于柳州狱中，其家乡靖西巴蒙街村民为他修建了这座烈士纪念碑。

Dương Đào cuối cùng đã ốm chết trong nhà giam Liễu Châu, người dân phố Pà Mông Tĩnh Tây nơi quê hương đã dựng tấm bia liệt sĩ để tưởng niệm anh.

1943 年 9 月 10 日，胡志明被解除怀疑恢复自由，在柳州进行活动，租住在鱼峰路这所房子的楼上。

Ngày 10 tháng 9 năm 1943 Hồ Chí Minh được trả lại tự do và tiến hành hoạt động tại Liễu Châu, Người đã thuê ở trên gác 2 căn nhà này trên đường Ngư Phong.

这所房子现已建成柳州胡志明旧居纪念馆。

Căn nhà này hiện trở thành Di tích lưu niệm Hồ Chí Minh tại Liễu Châu.

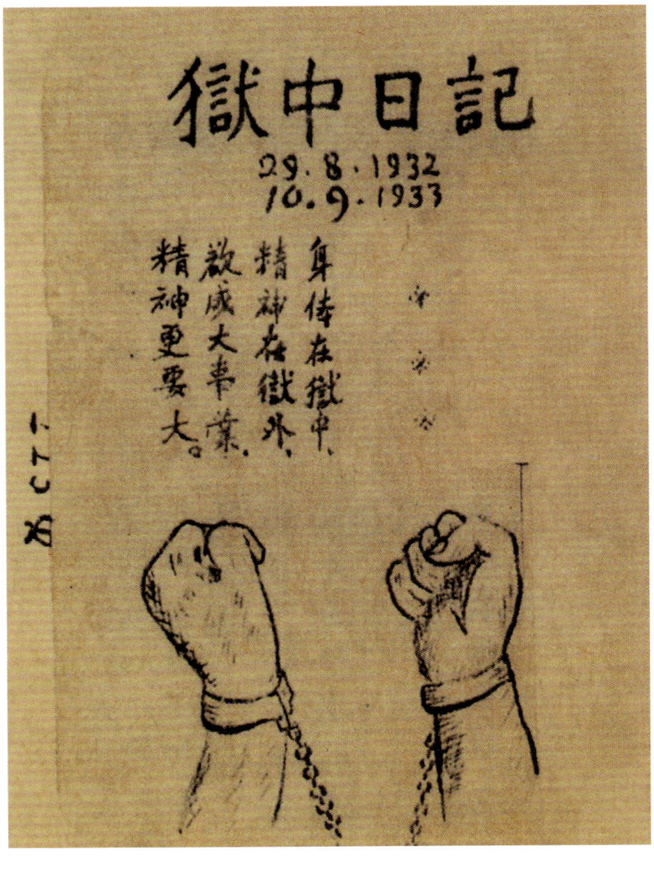

恢复自由后，胡志明将狱中所作全部 133 首诗汇编成《狱中日记》诗集。图为诗集封面。封面上胡志明故意将时间写成 1932 年至 1933 年，据胡志明自己说是为了迷惑警方，使其误以为是前人留下的诗。

Sau khi được trả tự do Hồ Chí Minh đã soạn lại toàn bộ 133 bài thơ viết trong nhà giam thành tập thơ *"Nhật ký trong tù". Trong ảnh là trang bìa của Tập thơ,* trên trang bìa Hồ Chí Minh cố ý ghi thời gian là từ năm 1932-1933, theo giải thích của Người là nhằm đánh lừa bọn cảnh sát để chúng cho rằng đây là tập thơ của người trước để lại.

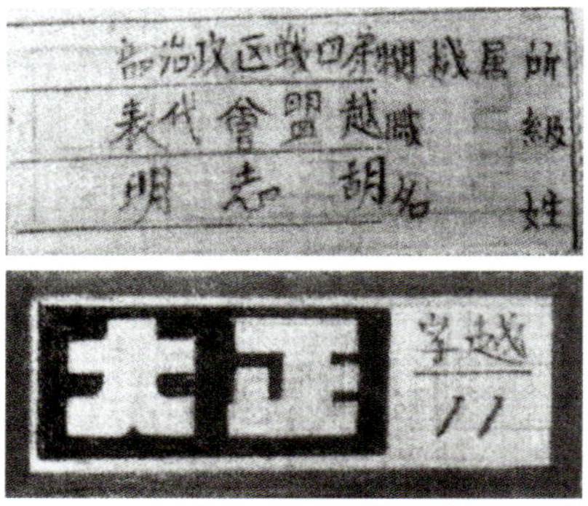

胡志明应国民党第四战区邀请，在柳州参加了召开越南革命同盟会代表会议的筹备工作。图为胡志明参会使用的代表证。

Theo lời mời của *Đệ tứ chiến khu Liễu Châu* Hồ Chí Minh đã tham gia công tác trù bị *Hội nghị Đại biểu Việt Nam Cách mạng Đồng minh hội* ở Liễu Châu, trong ảnh là Thẻ đại biểu của Người.

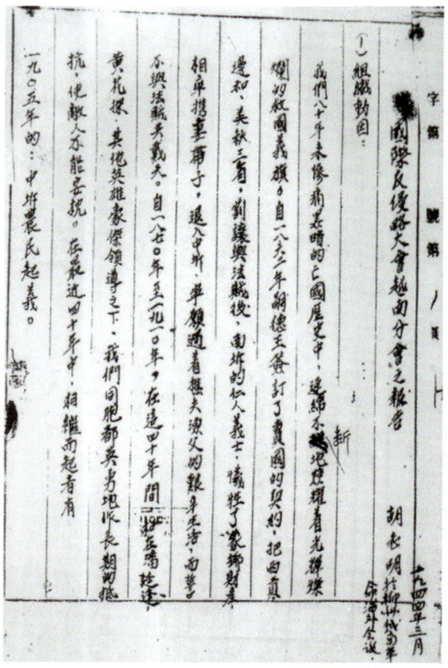

1944 年 3 月，胡志明在越南革命同盟会代表会议上代表国际反侵略协会越南分会所作的报告材料。

Bản báo cáo của Hồ Chí Minh thay mặt Phân hội Việt Nam của Hội Quốc tế Chống xâm lược đọc tại Hội nghị Đại biểu Việt Nam Cách mạng Đồng minh hội – tháng 3 năm 1944.

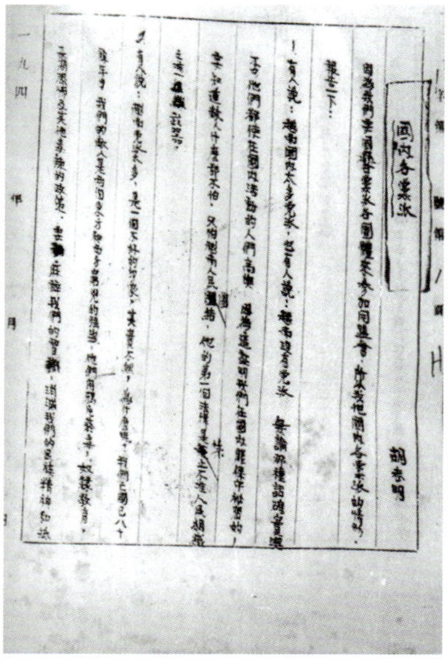

胡志明在越南革命同盟会代表会议上介绍越南国内各党派情况的材料。

Tài liệu của Hồ Chí Minh giới thiệu tình hình các đảng phái ở Việt Nam đọc tại *Hội nghị Đại biểu Việt Nam Cách mạng Đồng minh hội.*

柳州国民党第四战区干训团礼堂旧址。1943—1944 年，胡志明曾在此向参加集训的越南青年作形势报告。

Di tích Trụ sở *Đoàn huấn luyện cán bộ Đệ tứ chiến khu Liễu Châu.* Trong thời gian từ 1943 đến 1944, Hồ Chí Minh đã nhiều lần làm báo cáo giới thiệu tình hình trước các thanh niên Việt Nam tham gia lớp huấn luyện.

1944 年 8 月，经国民党第四战区批准，胡志明从受训越南学员中挑选 18 位青年，带领他们取道龙州返回越南。（油画作者：连南宁）

Tháng 8 năm 1944, qua sự phê chuẩn của Đệ tứ Chiến khu, Hồ Chí Minh đã tuyển chọn 18 người từ các thanh niên tham gia tập huấn đào tạo ở Liễu Châu đưa họ qua Long Châu trở về Việt Nam. (Tác giả tranh sơn dầu: Liên Nam Ninh)

龙州县下冻小学旧址。胡志明一行经龙州回越南时，曾在这里住过一段时间。

Di chỉ Trường Tiểu học Hạ Đống huyện Long Châu. Trên đường qua Long Châu về nước, đoàn của Hồ Chí Minh đã nghỉ chân một thời gian tại đây.

龙州县城白沙街这两所房子曾是越南共产党的秘密联络点。胡志明到龙州时曾在此地会见越南共产党人员。

Hai ngôi nhà trên phố Bạch Sa huyện lỵ Long Châu từng là địa điểm liên lạc bí mật của *Đảng Cộng sản Đông Dương*. Khi ở Long Châu Hồ Chí Minh từng bí mật gặp những người Cộng sản Việt Nam tại đây.

龙州县城南街这所房子曾是越南共产党秘密机关，胡志明曾在此与越南共产党人员开会。

Ngôi nhà ở phố Nam huyện lỵ Long Châu từng được những người Cộng sản Việt Nam thuê làm địa điểm liên lạc bí mật. Hồ Chí Minh cũng từng hội họp với các đồng chí của mình tại đây.

龙州县城八宝街农二嫂的房子，曾是胡志明及其战友的落脚点。

Ngôi nhà của Chị Hai Nông, phố Bát Bảo, cũng từng là địa điểm liên lạc của Hồ Chí Minh với các bạn chiến đấu của mình.

龙州县城南街越南共产党秘密机关旧址如今建成龙州县胡志明展馆。

Phố Thành Nam huyện Long Châu là trụ sở bí mật của *Đảng Cộng sản Đông Dương* lúc bấy giờ nay đã được xây dựng thành *Nhà triển lãm Hồ Chí Minh huyện Long Châu.*

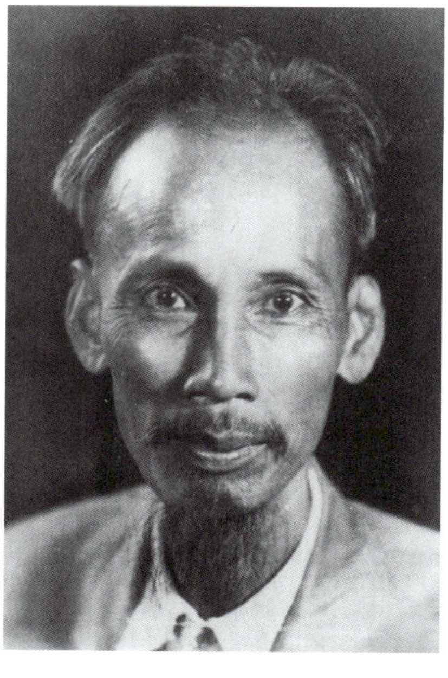

1944 年 9 月上旬，胡志明自龙州返回越北根据地。

Thượng tuần tháng 9 năm 1944, Hồ Chí Minh từ Long Châu trở về căn cứ địa Pắc Bó Việt Nam.

广西那坡县平孟乡。胡志明回国后，因身体虚弱，由越南共产党中央转移到此休养。

Xã Bình Mạnh huyện Nà Pha Quảng Tây. Sau ngày về nước do tình hình sức khỏe của Hồ Chí Minh sút kém, Trung ương Đảng Việt Nam đã sắp xếp cho Người ở tại xã Bình Mạnh huyện Nà Pha Quảng Tây nơi cách Pắc Bó không xa.

那坡县弄平孟乡弄依屯。胡志明在这里一边养病，一边工作。

Bản Nậm Y xã Bình Mạnh huyện Nà Pha. Hồ Chí Minh vừa điều dưỡng vừa công tác tại đây.

胡志明当时住在村民林伟宏家，得到住户和村民们多方面的照顾。

Hồ Chí Minh nghỉ tại nhà Lâm Vĩ Hồng ở thôn Nậm Y, đời sống sinh hoạt được sự chăm sóc chu đáo của những người dân trong thôn.

为了胡志明的安全，弄依屯村民在后山丛林搭起茅棚供胡志明暂住，由村民轮流为他送去粮食及中草药。

Để đảm bảo an toàn cho Người những người dân trong thôn đã dựng thêm một túp lều trong khu rừng ở sau thôn để Người nghỉ ngơi, bà con trong thôn luân phiên nhau đem thực phẩm và thuốc thảo dược lên cho Người.

胡志明在弄依屯及后山丛林暂住 4 个多月后回国。1945 年，越南人民在胡志明和越南共产党领导下取得“八月总起义”的胜利，同年 9 月 2 日越南宣告独立。

Hồ Chí Minh đã nghỉ ngơi tại khu rừng ở sau thôn hơn 4 tháng. Năm 1945, dưới sự lãnh đạo của Hồ Chí Minh và Đảng Cộng sản Việt Nam nhân dân Việt Nam đã giành thành công cuộc *Tổng khởi nghĩa tháng Tám*. Ngày 2 tháng 9, Hồ Chí Minh đọc bản "*Tuyên ngôn độc lập*" khai sinh *Nước Việt Nam Dân chủ Cộng hòa*.

第二部分

胡志明
与中国人民的深厚情谊

Phần thứ hai
Tình cảm hữu nghị sâu nặng của Hồ Chí Minh
đối với nhân dân Trung Quốc

概 述

越南独立后不久，法国殖民者卷土重来，发动了对越南的侵略战争。1946 年 12 月，越南全国抗法战争爆发。与此同时，中国人民正在进行人民解放战争。两国人民在各自进行的革命斗争中相互支持。

1949 年 10 月 1 日，中华人民共和国成立。1950 年 1 月 18 日，中越两国正式建立外交关系。胡志明秘密访华，请求中国援越抗法。随后，中国派出军事顾问到越南协助开展“边界战役”和其他一系列抗法军事斗争。越南人民军在中国帮助下先后取得“边界战役”和“奠边府大捷”等抗法战争中的标志性重大胜利。1950 年至 1954 年，胡志明每年都到中国进行内部访问，主要商谈抗法相关事宜。

1954 年 7 月，解决越南和印度支那问题的日内瓦会议达成协议。法国从越南撤军，越南北方解放。1955 年 6 月，胡志明率越南党政代表团首次对中国进行访问。此后，至胡志明逝世前一年即 1968 年，胡志明每年都来中国，或进行正式访问，或内部访问，或在出访其他国家途中在华停留，或来华度假、治病、疗养。

胡志明在革命战争年代曾长期在中国进行革命活动，与中国共产党的领导人和许多高级干部有过亲密的交往。中国是越南北方解放后胡志明最愿意访问的国家。中国领导人也随时欢迎胡志明的来访。胡志明到中国，可以说是想来就来，无需事先计划，有时打一个电话，写一个便函，就过来了。1960 年春，胡志明甚至连招呼都没打，就信步走过中越边境北仑河大桥来到广西东兴访问。毛泽东主席对胡志明主席感情很深，即使工作再忙，或人在外地，对胡志明的来访及会见要求都随时欢迎并作出安排。1959 年 9 月，毛泽东主席正在庐山主持中央重要会议，仍然同意胡志明赴苏联访问回国途中在庐山会见。毛泽东同志还在视察杭州、长沙等地期间，在当地与胡志明会见。胡志明在中国各地有很多朋友，他每次到中国访问，除完成既定的工作任务之外，都会尽量多走一些地方，尽量多会见中国领导人、各级干部及其家属。越南北方解放后的 10 多年间，胡志明的足迹遍及北京、广西、广东、云南、海南、湖南、湖北、河南、河北、陕西、甘肃、新疆、浙江、江苏、安徽、江西、山东、辽宁、吉林、黑龙江等省市自治区的许多地方。世界上没有任何一个国家领导人，像胡志明一样，到中国次数如此之多，去过中国的地方如此之多。

在长期的革命活动中与中国人民建立起来的深厚情谊，使胡志明把到中国视为回家。胡志明来中国，除了国事访问，许多时候是避开越南为他举行祝寿活动而特地来中国度假，或者到中国治病和疗养。胡志明是公仆型的领袖人物，一生俭朴。越南领导人和人民群众出于对胡志明的爱戴，总想在每年5月19日胡志明生日时为他举行各种形式的祝寿活动。而胡志明为了避开国内祝寿，总是在这个时间来中国度假，到中国各个地方走走。1958年、1960年、1961年、1962年、1964年、1965年的5月，在生日前后一段时间，胡志明都特地到中国度假。中国各地在胡志明生日这一天，也会不事声张地为胡志明做些特殊安排。比如在生日当天，将中国领导人祝贺胡志明的生日贺电当面呈送给胡志明；在餐桌上摆上寿桃、寿面；邀请一些小朋友和胡志明进行联欢，一起观看小型文艺演出等，让胡志明在生日当天过得开心快乐。胡志明为越南民族独立及抗战建国事业毕生操劳，晚年身体不好，患有多种疾病。基于对中国的深厚感情以及对中国医生和医疗技术的高度信任，他特别喜欢到中国治病和疗养。1963年9月，胡志明首次到中国广东的从化温泉治病疗养。此后，直至1968年春，胡志明每年都来中国治病和疗养，或在广东的从化温泉，或在北京。胡志明到中国访问、度假、治病、疗养的次数很多，到过中国的地方很多。胡志明走到哪里，就将中越友谊带到哪里。胡志明在与中国领导人、各级干部见面时，常常会回忆起过去在中国进行革命活动的情况，并感谢中国人民对越南革命的支援。胡志明在中国访问期间，曾专门参观陕北延安原中央机关的窑洞旧址、湖南韶山冲毛泽东同志旧居、广州起义烈士陵园等革命遗址和纪念地，一边参观，一边与随行人员谈起中国革命与越南革命的密切关系。胡志明非常关心中国的社会主义建设和城乡人民的生活情况。他在中国参观工厂、农业合作社、农场、农业科研所、农业机械研究所、水利工程、出口商品陈列馆，访问部队单位、学校、幼儿园、街道商店、银行储蓄所，参观游览颐和园、西湖、太湖、漓江、黄山、庐山、长城、天坛、孔庙等著名风景区和文化古迹，参观中国国家和地方的博物馆、纪念馆。在参观游览时，他会情不自禁地赞美中国壮丽的山川大地和悠久的历史文化，有时还会即兴作诗题字。如在游览长城、太湖、漓江、阳朔、黄山、庐山、孔庙的时候，胡志明都曾即席作诗或题字。胡志明每到一地，都广泛接触人民群众，甚至深入他们的家中，仔细询问了解他们的工作和生活情况。胡志明特别喜欢孩子，常常向访问时遇见的中小学生和幼儿园的小朋友亲切打招呼，分送糖果，合影留念。胡志明对接待他的工作人员、宾馆服务人员、厨师、警卫战士非常尊重，常常跟他们亲切交谈，嘘寒问暖，告别时总是和他们合影留念。在北京饭店、从化温泉宾馆、南宁西园饭店等下榻宾馆，胡志明都曾亲自到厨房看望为他做饭的厨师，并一再表示感谢。一些地方为胡志明安排文艺晚会，胡志明对每个节目都报以掌声。在演出结束后，胡志明会上台接见演员，感谢并赞扬他们的精彩表演，还会给演员们分发糖果点心、递送茶水，与他们合影留念。胡志明到中国访问时，还常常准备一些有自己签名的照片和笔记本，赠送给他所结识的中国同志。胡志明总是在他的中国之行中，倾情传播中越友谊，给中国人民留下了许多美好幸福的回忆。

如果说胡志明到中国就像回到自己的家一样，所有行程都沉浸在友谊的亲情海洋之中。那么在越南，他对入越工作和赴越访问的中国同志，同样像对待家人一样，倾注了无限的深情。

自1950年至越南北方解放，以陈赓、罗贵波、韦国清为代表的一批中国顾问到越南协助开展抗法军事斗争和建设革命政权工作，胡志明对待他们就像亲人一样，政治上高度信任，生活上关怀备至。胡志明和越南共产党高层常常与中国顾问一起研究工作，在战略战术决策中充分听取中国顾问的意见。胡志明经常到中国顾问团驻地进行探望，带着战利品或越南土特产品慰问中国同志。他还在抗法战场上亲笔给陈赓、韦国清、罗贵波同志写信、赠诗，赞扬他们对援越抗法作出的卓越贡献，抒发对中国顾问团同志的感激之情。胡志明曾亲自给中国顾问团的同志们颁发抗法勋章和奖状。在20世纪60年代越南抗美救国战争中，中国人民解放军先后派出防空、工程、铁道、后勤保障部队到越南北方执行任务。胡志明对入越解放军指战员非常关心，常常抽空亲切接见支队以上部队领导，冒着冬季的寒冷天气和敌机轰炸的危险，深入到援越解放军驻地慰问指战员，到部队战地医院看望伤病员。为了帮助越南北方进行社会主义建设，中国政府为越南援建了一批工业和交通项目，并派出专家和工程技术人员到项目现场协助工作。胡志明关心援建项目的实施情况，关心中国专家的工作和生活，不时深入到一些项目工地进行视察，看望中国专家和工程技术人员，使入越工作的中国同志深受感动。

在胡志明1969年逝世前的十多年中，中国有许许多多的代表团访问越南。其中，有党和国家领导人率领的高级别代表团，有国家和地方各级机关、团体、单位、行业派出的代表团，有赴越南进行文化交流和文艺体育表演的代表团，有在越南举办体现新中国建设成就各种展览会的代表团，等等。胡志明对赴越访问的中国同志，也都像对待家人和亲戚一样，给予他们热情的欢迎和周到的接待。胡志明总是在百忙中安排会见、接见，与代表团成员亲切交谈，合影留念。对赴越南访问演出的中国各个文艺表演团体，胡志明不仅安排接见，还到演出现场观看节目，在演出结束时上台慰问和感谢演员，还亲自给文艺表演团体赠送锦旗，颁发勋章，以示表彰鼓励。世界上没有任何一位国家领导人像胡志明接见中国代表团那样，接见过如此众多的外国代表团。在胡志明对中国的党和国家领导人的接待中，有一些细节让人特别感动。1956年11月18日，在欢迎周恩来访越的宴会上，胡志明很风趣地说：“趁这个机会，伯伯要把一个秘密说出来。1922年在巴黎的时候，我和周恩来已经是很亲密的朋友啦！”1960年8月李富春、叶剑英等访问越南时，胡志明像接待亲人一样，将客人领到自己住所，和他们一起在高脚屋走上走下，在住所前的池塘垂钓、喂鱼，在庭院果园采摘柚子。1963年5月刘少奇主席访越，胡志明到机场迎接，并在欢迎大会的讲话中吟诵出“心心早相印，今日喜相逢”，“越中情谊深，同志加兄弟”的诗句，成为胡志明赞颂越中友谊的经典佳句。叶剑英、陈毅喜欢作诗，他们知道胡志明会做汉文诗，便在与胡志明会见和座谈时将自己在越南写的诗吟诵给胡志明听，胡志明也十分高兴地和他们共同切磋中国诗词，从而使会见现场气氛十分活跃……这些画面都清晰地折射出中越两国老一辈领导人之间“同志加兄弟”的深厚感情。

广西是越南革命的后方基地，广西人民对越南革命和建设作出过特殊的贡献。胡志明对广西和广西人民有着特殊的深厚感情。越南北方解放后，胡志明在越南接待的中国同志中，有不少是来自广西的朋友，包括领导干部和普通百姓。广西龙州、靖西、那坡县的一些群众，过去曾经掩护过包括胡志明在内、在中越边境进行革命活动的越南同志，为他们提供食宿，协助购买军需药品，担任通信联络等。越南革命胜利后，一些越南老干部会邀请他们所熟识的广西边境群众到越南做客。胡志明在获悉他们来到越南后，也都尽量抽出时间安排见面和座谈。1959 年 2 月和 1960 年 1 月，胡志明在河内分别接见了应邀入越做客的广西龙州县下冻乡的潘全珍和农其振。1963 年 8 月，经胡志明亲自批准，由越南国家民委出面邀请广西靖西县、那坡县 7 位边境群众到越南做客。这些边民过去都曾多方帮助过越南革命，其中包括曾为胡志明带路最后牺牲在狱中的靖西农民杨涛的弟弟杨胜强。7 位广西边民到达越南的当天，胡志明就安排接见。胡志明动情地说："在过去的革命战争年代，广西人民给越南很多帮助。越南人民感激你们，会记住你们的恩情。"胡志明还紧握着杨胜强的手说："你哥哥是为越南革命牺牲的烈士，我们越南人民会永远记住他。"广西边民在越南各地参观游览十多天后回到河内，恰逢越南国庆日，胡志明又邀请他们出席国庆招待会，并和他们坐在一起。20 世纪 50 年代，广西南宁育才学校、南宁 303 医院在培养越南青少年学生、医治越南伤病员方面作出了积极贡献。1958 年 8 月，胡志明特别批准，由越南政府邀请广西上述两个单位派出 12 人代表团到越南参观访问。胡志明责成越南越共中央组织部、教育部、卫生部共同做好接待工作。9 月 4 日，胡志明在主席府接见了这批广西客人。胡志明跟代表团成员逐个握手拥抱，在座谈中充分肯定了上述两个单位过去在帮助越南方面作出的贡献，并一再表示感谢，还和客人们共进午餐，合影留念。原中国驻越南军事顾问团团长广西人韦国清是胡志明的老朋友。1961 年 2 月春节前夕，胡志明特地邀请韦国清一家到越南过春节。大年初一下午，韦国清偕夫人和三个孩子应邀来到主席府，胡志明在主席府大门口迎接韦国清夫妇，并将孩子们拉近身旁，抱抱这个，亲亲那个，然后领着大家来到自己的住所高脚屋参观座谈，合影留念，与韦国清一家共进晚餐。席间，胡志明深情地说："韦国清团长是我们的亲密朋友，是越南革命的功臣。我们非常欢迎你和家人来越南做客，希望你在越南多走一些地方。"（胡志明仍称韦国清在中国顾问团的职务）从与胡志明会见的第二天起，韦国清分别在越南国防部长武元甲、人民军副总参谋长黄文泰的陪同下，访问了海防、下龙湾、奠边府、太原等地。回到河内后，胡志明再次接见了韦国清一家。胡志明对韦国清说："等到南方解放了，越南统一了，再请你过来。那时你就可以从北方一直走到南方了……"

胡志明对广西人民的深厚感情，深深地铭刻在广西各族人民的心中。

Sơ lược

Không lâu sau ngày Việt Nam giành được độc lập, thực dân Pháp quay gót trở lại, phát động cuộc chiến tranh xâm lược Việt Nam. Tháng 12 năm 1946, Việt Nam bùng nổ Toàn quốc kháng chiến chống lại sự xâm lược của thực dân Pháp. Lúc bấy giờ nhân dân Trung Quốc cũng đang tiến hành cuộc chiến tranh giải phóng nhân dân. Trong cuộc đấu tranh cách mạng của mình nhân dân hai nước lại tương trợ giúp đỡ lẫn nhau.

Ngày 1 tháng 10 năm 1949, nước Cộng hòa Nhân dân Trung Hoa thành lập. Ngày 18 tháng 1 năm 1950, hai nước Trung-Việt chính thức thiết lập quan hệ ngoại giao. Ngay sau đó, Chủ tịch Hồ Chí Minh đã bí mật sang thăm Trung Quốc, thỉnh cầu Trung Quốc chi viện Việt Nam chống Pháp. Tiếp sau, Trung Quốc đã cử cố vấn quân sự sang giúp đỡ Việt Nam tổ chức *Chiến dịch Biên giới* cùng một loạt các hoạt động quân sự trong cuộc đấu tranh chống Pháp. Được sự giúp đỡ của Trung Quốc *Quân đội Nhân dân Việt Nam* đã lần lượt giành thắng lợi trọng đại mang tính tiêu chí trong cuộc kháng chiến chống Pháp như *"Chiến dịch biên giới"* và *"Đại thắng Điện Biên Phủ"*. Từ năm 1950 đến năm 1954, mỗi năm Hồ Chí Minh cũng đều tiến hành chuyến thăm không công khai đối với Trung Quốc.

Tháng 7 năm 1954, Hiệp nghị Giơnevơ về Đông Dương được ký kết. Pháp rút quân ra khỏi Việt Nam, miền Bắc Việt Nam hoàn toàn giải phóng. Tháng 6 năm 1955, Hồ Chủ tịch dẫn đầu Đoàn đại biểu Đảng và Chính phủ Việt Nam lần đầu tiên đến thăm Trung Quốc. Sau đó cho đến trước năm Người mất (tức năm 1968), hàng năm Hồ Chủ tịch đều đến Trung Quốc hoặc đi thăm chính thức hoặc đến thăm nội bộ, hoặc là trên đường đi thăm các nước khác Người ghé lại, hoặc là đến Trung Quốc nghỉ ngơi, chữa bệnh, điều dưỡng.

Trong những năm tháng đấu tranh cách mạng của mình Hồ Chí Minh đã từng hoạt động cách mạng lâu dài tại Trung Quốc, có sự giao lưu tiếp xúc hết sức chặt chẽ với người lãnh đạo và các cán bộ cấp cao của Đảng Cộng sản Trung Quốc. Vì vậy mà sau ngày miền Bắc Việt Nam giải phóng thì Trung Quốc là nơi mà Người muốn đi hơn cả. Lãnh đạo Trung Quốc cũng hoan nghênh chào đón Người đến thăm vào bất kỳ lúc nào. Hồ Chí Minh đến Trung Quốc có thể nói là muốn đến là đến, không cần có chương trình đặt trước, có khi chỉ sau một cú điện thoại hay viết một lời nhắn là Người đã lập tức khởi hành. Mùa xuân năm 1960, thậm chí không có sự báo trước mà Người đã dạo bước đi qua cầu lớn bắc ngang sông Bắc Luân trên biên giới đến thăm Đông Hưng Quảng Tây. Chủ tịch Mao Trạch Đông cũng giữ một tình cảm hết sức sâu sắc đối với Hồ Chủ tịch, cho dù công việc bận rộn đến đâu, đôi khi đang đi công tác ở vùng xa miền là Hồ Chủ tịch đến thăm hay có yêu cầu gặp gỡ là Người đều bày tỏ hoan nghênh và sắp xếp vào bất cứ lúc nào. Tháng 9 năm 1959, Mao Chủ tịch đang chủ trì Hội nghị Trung ương quan trọng tại Lư Sơn tỉnh Giang Tây mà Người vẫn đồng ý tiếp kiến gặp gỡ Hồ Chủ tịch ở ngay Lư Sơn, lúc này Hồ Chủ tịch sau chuyến thăm Liên Xô trên đường về nước đã ghé lại thăm Trung Quốc. Đồng chí Mao Trạch Đông còn tiếp Hồ Chủ tịch ở Hàng Châu, Trường Sa cùng những địa phương khác nơi mà Người đang trong chuyến thị sát công tác. Hồ Chủ tịch có nhiều bè bạn tại nhiều địa phương ở Trung Quốc, mỗi lần đến thăm Trung Quốc bên cạnh chương trình công việc ra Người thường tranh thủ đi nhiều nơi, gặp nhiều đồng chí lãnh đạo Trung Quốc cũng như cán bộ các cấp cùng gia quyến của họ. Trong thời gian hơn 10 năm sau khi miền Bắc đã giải phóng Hồ Chủ tịch đã lưu dấu chân tại nhiều nơi ở các tỉnh thành phố và khu tự trị của Trung Quốc như Bắc Kinh, Quảng Tây, Quảng Đông, Vân Nam, Hải Nam, Hồ Nam, Hồ Bắc, Hà Nam, Hà Bắc, Thiểm Tây, Cam Túc, Tân Cương, Chiết Giang, Giang Tô, An Huy, Giang Tây, Sơn Đông, Liêu Ninh, Cát Lâm, Hắc Long Giang v.v... Trên thế giới này không một người lãnh đạo quốc gia nào có thể như Hồ Chủ tịch đến Trung Quốc với số lần nhiều như vậy và đi thăm nhiều địa phương Trung Quốc như vậy.

Trải nghiệm quá trình hoạt động cách mạng lâu dài Hồ Chủ tịch đã xây đắp nên mối tình cảm sâu đậm với nhân dân Trung Quốc, khiến Người luôn coi đến Trung Quốc là về tới nhà. Bên cạnh những chuyến thăm chính thức, nhiều khi Người đến Trung Quốc là để nghỉ ngơi và tránh hoạt động chúc thọ tại Việt Nam, hay đến Trung Quốc để chữa bệnh và điều dưỡng. Hồ Chủ tịch là vị lãnh tụ mang tư cách là đầy tớ của nhân dân, suốt cả đời mình luôn giản dị cần kiệm. Lãnh đạo và quần chúng nhân dân Trung Quốc cũng hết lòng kính mến yêu thương Hồ Chủ tịch và luôn mong được tổ chức các hoạt động chúc thọ cho Người vào dịp ngày 19 tháng 5 hàng năm. Mà để tránh hoạt động chúc thọ trong nước, vào tháng 5 ở quãng thời gian trước sau sinh nhật của mình những năm 1958, 1960, 1961, 1962, 1964, 1965 Người đã sắp xếp đến nghỉ ngơi tại Trung Quốc, đi thăm các địa phương Trung Quốc. Và tại các địa phương Trung Quốc vào ngày sinh nhật của Người cũng thường lặng lẽ có sự sắp xếp đặc biệt như trình đưa điện mừng sinh nhật Người của người lãnh đạo Trung Quốc vào đúng ngày này; trên bàn tiệc xuất hiện món ăn đào thọ, mì thọ; tổ chức các cháu thiếu nhi liên hoan chung vui với Người, cùng xem chương trình biểu diễn văn nghệ nhỏ để góp vui cho Người vào đúng ngày này. Hồ Chí Minh suốt đời tận tụy với sự nghiệp giành độc lập dân tộc, kháng chiến và sự nghiệp dựng nước của nhân dân Việt Nam, khi tuổi cao sức khỏe của Người cũng kém đi và mang nhiều căn bệnh. Do giữ mối cảm tình sâu nặng với Trung Quốc cũng như rất mực tin cậy các bác sĩ cùng với trình độ y học điều trị của Trung Quốc mà Người cũng rất thích đến Trung Quốc để chữa trị bệnh tật và điều dưỡng sức khỏe. Tháng 9 năm 1963, lần đầu tiên Người đến suối nóng Tùng Hóa tỉnh Quảng Đông Trung Quốc chữa bệnh và điều dưỡng. Về sau, trong suốt khoảng thời gian đến mùa xuân năm 1968 hàng năm Người đều đến Trung Quốc để chữa bệnh và điều dưỡng, hoặc là đến suối nóng Tùng Hóa tỉnh Quảng

Đông hoặc là đến Bắc Kinh. Người đến Trung Quốc nhiều lần với những nội dung khác nhau như đi thăm nghỉ ngơi, chữa bệnh, điều dưỡng v.v... và cũng đã đi thăm nhiều nơi Trung Quốc. Đi đến đâu Người cũng đem lại và gieo cấy những hạt giống của tình hữu nghị Trung-Việt. Người đã cùng các đồng chí lãnh đạo Trung Quốc ôn lại những hình ảnh trong quá trình hoạt động cách mạng và bày tỏ lòng biết ơn đối với nhân dân Trung Quốc đã ủng hộ cho công cuộc cách mạng Việt Nam. Trong thời gian ở thăm Trung Quốc Hồ Chí Minh đã đến tham quan di chỉ nhà hầm Diên An tỉnh Thiểm Tây nơi trú đóng của Trung ương Đảng Cộng sản Trung Quốc; đến Thiều Sơn Xung tỉnh Hồ Nam nơi nhà ở năm xưa của đồng chí Mao Trạch Đông, Lăng liệt sĩ *Cuộc khởi nghĩa Quảng Châu* cùng những di tích cách mạng khác, vừa tham quan vừa cùng những người cùng đi trao đổi về mối quan hệ chặt chẽ giữa cách mạng Trung Quốc với cách mạng Việt Nam. Hồ Chủ tịch hết sức quan tâm công cuộc xây dựng chủ nghĩa xã hội cũng như đời sống của nhân dân thành thị và nông thôn Trung Quốc. Người thường đến tham quan các nhà máy, hợp tác xã nông nghiệp, nông trường, sở nghiên cứu kỹ thuật nông nghiệp, sở nghiên cứu cơ giới nông nghiệp, công trình thủy lợi, triển lãm hàng hóa xuất khẩu, đi thăm các đơn vị bộ đội, nhà trường, vườn trẻ và trường mẫu giáo mầm non, các cửa hàng trong khu dân phố, nơi gửi tiết kiệm ngân hàng, tham quan các khu danh lam và di tích cổ như Di Hòa Viên, Tây Hồ, Thái Hồ, sông Li Giang, núi Hoàng Sơn, Lư Sơn, Trường Thành, Thiên Đàn, miếu Khổng Tử cùng với Bảo tàng Nhà nước và bảo tàng một số địa phương Trung Quốc. Trong quá trình tham quan Người thường phát ra lời cảm thán đối đối với non sông đất nước bao la cùng với nền văn hóa lịch sử lâu đời của Trung Quốc, đôi khi Người còn tùy hứng sáng tác thơ và đề chữ. Như khi du ngoạn Trường Thành, Thái Hồ, sông Li Giang, Dương Sóc, núi Hoàng Sơn, Lư Sơn, đền Khổng Tử v.v... Người đã làm thơ hay viết lời đề chữ. Cứ đến mỗi nơi là Người đều tiếp xúc rộng rãi với quần chúng nhân dân, thậm chí đến thăm tận các gia đình hỏi han cặn kẽ tình hình công việc sinh hoạt đời sống của họ. Người rất quí các cháu thiếu nhi, thường thân mật hỏi thăm và phân phát kẹo bánh cho các cháu cùng các cháu chụp ảnh ở các trường trung tiểu học và trường mẫu giáo mầm non nơi Người đến thăm. Hồ Chủ tịch rất mực tôn trọng các nhân viên công tác, nhân viên phục vụ nhà khách, các đầu bếp, chiến sĩ cảnh vệ làm nhiệm vụ tiếp đón bảo vệ, thường xuyên hỏi thăm và chuyện trò thân mật với họ, khi chia tay còn thường chụp ảnh lưu niệm. Tại nhiều nơi từng nghỉ chân như Khách sạn Bắc Kinh, Khách sạn Suối nóng Tùng Hóa Quảng Đông, Khách sạn Tây Viên Nam Ninh v.v... Người từng đích thân đến thăm hỏi các vị đầu bếp và tỏ lời cảm ơn với họ. Một số địa phương thường tổ chức các buổi dạ hội văn nghệ để đón Hồ Chủ tịch, đối với mỗi một tiết mục biểu diễn Người đều vỗ tay hoan hô. Sau khi biểu diễn kết thúc Người còn thường lên sân khấu gặp gỡ các diễn viên và ngỏ lời cảm ơn, khen ngợi chương trình biểu diễn và còn phân phát bánh kẹo đưa chè nước tận tay và cùng các diễn viên chụp ảnh lưu niệm. Khi ở thăm Trung Quốc Người còn thường chuẩn bị sẵn ảnh chụp đã ký tên và sổ tay để tặng cho các đồng chí Trung Quốc quen biết. Trong suốt hành trình tại Trung Quốc Người đều hết lòng truyền bá tình hữu nghị Trung-Việt, để lại nhiều ký ức tốt đẹp hạnh phúc trong lòng nhân dân Trung Quốc.

Hồ Chủ tịch đến Trung Quốc như về đến nhà, suốt chặng hành trình của Người đều chan hòa trong tình cảm hữu nghị và tình thương giữa những người thân. Và ở Việt Nam, đối với những đồng chí Trung

Quốc đến Việt Nam công tác hay thăm viếng Người cũng coi như những người thân trong gia đình, dành cho họ tình thương mến sâu sắc vô biên.

Từ năm 1950 đến ngày miền Bắc giải phóng, nhiều cố vấn mà tiêu biểu là các đồng chí Trần Canh, La Quý Ba, Vi Quốc Thanh đã vào Việt Nam để hiệp trợ triển khai đấu tranh quân sự chống Pháp và công tác xây dựng chính quyền cách mạng. Hồ Chủ tịch đã coi họ như những người thân trong gia đình, dành cho sự tin cậy cao độ về mặt chính trị và sự chăm sóc chu đáo về nhiều mặt. Hồ Chủ tịch cùng với các đồng chí lãnh đạo cấp cao trong Đảng thường xuyên cùng nghiên cứu công tác với các đồng chí cố vấn Trung Quốc, trong khi quyết sách về chiến lược hay chiến thuật đều lắng nghe đầy đủ ý kiến của các đồng chí cố vấn. Hồ Chủ tịch còn thường đến nơi trú đóng của Đoàn cố vấn thăm hỏi, đem theo những chiến lợi phẩm và các loại đặc sản đến tặng quà ủy lạo các đồng chí Trung Quốc. Trên chiến trường đánh Pháp Người còn viết thư, làm thơ tặng các đồng chí Trần Canh, Vi Quốc Thanh và La Quý Ba, đánh giá cao những đóng góp xuất sắc của các đồng chí trong chi viện cuộc kháng chiến chống Pháp của nhân dân Việt Nam, bày tỏ lòng cảm ơn chân thành đến các đồng chí trong Đoàn cố vấn Trung Quốc. Hồ Chủ tịch còn đích thân trao tặng huy chương và bằng khen kháng chiến chống Pháp cho các đồng chí trong Đoàn cố vấn Trung Quốc. Trong Cuộc kháng chiến chống Mỹ cứu nước những năm 60 của thế kỷ XX tại Việt Nam, Quân Giải phóng Nhân dân Trung Quốc lần lượt cử các lực lượng phòng không, công trình, đường sắt và đảm bảo hậu cần vào miền Bắc Việt Nam làm nhiệm vụ. Hồ Chủ tịch hết sức quan tâm cán bộ chiến sĩ Quân Giải phóng Nhân dân Trung Quốc vào Việt Nam, thường rút thời gian để tiếp kiến lãnh đạo từ cấp chi đội trở lên của các đơn vị bộ đội, bất chấp ngày đông giá rét và máy bay địch ném bom nguy hiểm Người vẫn đi sâu vào nơi trú quân thăm hỏi cán bộ chiến sĩ bộ đội Trung Quốc, vào tận bệnh viện trên trận địa để thăm hỏi anh em thương bệnh binh. Nhằm giúp đỡ công cuộc xây dựng chủ nghĩa xã hội ở miền Bắc Việt Nam, Chính phủ Trung Quốc đã viện trợ xây dựng một số các dự án công nghiệp và giao thông và còn cử chuyên gia và nhân viên kỹ thuật công trình đến tận hiện trường để hiệp trợ công tác. Hồ Chủ tịch hết sức quan tâm tình hình thực hiện các dự án viện trợ xây dựng, quan tâm công việc và đời sống của các chuyên gia Trung Quốc, Người luôn đi sâu thị sát các công trường, thăm hỏi các chuyên gia và nhân viên kỹ thuật công trình Trung Quốc, khiến cho các đồng chí Trung Quốc công tác tại Việt Nam hết sức cảm động.

Trong vòng mười mấy năm trước khi Người đi xa vào năm 1969, nhiều đoàn đại biểu Trung Quốc đã nhận lời mời sang thăm Việt Nam. Trong đó có Đoàn đại biểu cấp cao do lãnh đạo Đảng và Nhà nước dẫn đầu, cũng có các Đoàn đại biểu của cơ quan, đoàn thể, đơn vị và ngành nghề, và còn nữa là các Đoàn đại biểu văn hóa văn nghệ đến Việt Nam giao lưu biểu diễn, các Đoàn đại biểu sang Việt Nam tổ chức triển lãm thành tựu xây dựng nước Trung Hoa mới. Đối với các đồng chí Trung Quốc sang thăm, Hồ Chủ tịch luôn coi họ là những người trong gia đình hay bà con thân thích và dành cho sự chào mừng và đón tiếp hết sức chu đáo. Mặc dù công việc bận rộn Hồ Chủ tịch vẫn rút thời gian sắp xếp gặp gỡ tiếp kiến, thân mật trao đổi tâm sự và chụp ảnh lưu niệm với các thành viên trong Đoàn. Đối với các Đoàn thể văn hóa văn nghệ Người không chỉ sắp xếp tiếp kiến mà còn đến hiện trường xem chương trình biểu diễn, khi biểu diễn kết thúc Người còn lên sân khấu hỏi thăm và cảm ơn các diễn viên, đích thân trao cờ tặng và huy chương để khích lệ anh chị em. Không một lãnh tụ quốc gia nào trên thế giới có thể như Hồ Chủ tịch đón tiếp các đoàn Đại biểu Trung Quốc với số lần nhiều như vậy. Trong việc đón tiếp người lãnh đạo Đảng và Nhà nước có những chi tiết nhỏ khiến người ta hết sức xúc động.

Ngày 18 tháng 11 năm 1956, trong buổi tiệc chào mừng Thủ tướng Chu Ân Lai, Hồ Chủ tịch đã hết sức dí dỏm giới thiệu rằng: "Bác tiết lộ cho các chú một bí mật, Thủ tướng Chu Ân Lai là người bạn thân thiết với Bác từ năm 1922 khi Bác còn ở Paris !" Tháng 8 năm 1960, các đồng chí Lý Phú Xuân, Diệp Kiếm Anh sang thăm Việt Nam, Hồ Chủ tịch như tiếp đón người thân trong gia đình vậy giữ khách ở lại nghỉ ngay tại nơi ở của mình, còn cùng các đồng chí lên xuống nhà sàn, ra bờ ao câu cá, cho cá ăn, hái bưởi ngay trong vườn nhà. Tháng 5 năm 1963, Chủ tịch Lưu Thiếu Kỳ sang thăm Việt Nam, Hồ Chủ tịch đã ra sân bay đón và khi phát biểu nói chuyện tại Đại hội chào mừng Người đã ngâm đọc những câu thơ "Đến bây giờ mới thấy đây, Mà lòng đã chắc những ngày một hai", "Mối tình thắm thiết Việt – Hoa, Vừa là đồng chí vừa là anh em", đã trở thành những câu danh ngôn nổi tiếng ngàn thu ngợi ca mối tình hữu nghị Trung-Việt. Các đồng chí Diệp Kiếm Anh, Trần Nghị thích làm thơ và cũng biết Hồ Chủ tịch giỏi làm thơ chữ Hán, và trong buổi tiếp cũng như tọa đàm đã đem những bài thơ mà mình sáng tác ở Việt Nam đọc cho Người nghe, Hồ Chủ tịch rất mừng và cùng các đồng chí trao đổi về thơ và từ Trung Quốc, khiến bầu không khí hiện trường rất sôi nổi... Tất cả những khung cảnh đó đã thể hiện một cách rất rõ nét mối tình cảm sâu nặng "Vừa là đồng chí vừa là anh em" giữa lớp tiền bối lãnh đạo hai nước Trung-Việt.

Quảng Tây là cơ sở hậu phương của công cuộc cách mạng Việt Nam, nhân dân Quảng Tây có những đóng góp đặc biệt cho công cuộc cách mạng và xây dựng đất nước của Việt Nam. Và Hồ Chủ tịch cũng luôn giữ một mối tình cảm sâu nặng đặc biệt đối với Quảng Tây và nhân dân vùng đất này. Sau ngày miền Bắc Việt Nam hoàn toàn giải phóng, trong số các đồng chí Trung Quốc mà Hồ Chủ tịch đã tiếp đón tại Việt Nam không ít là các bạn đến từ Quảng Tây, trong đó gồm cả cán bộ lãnh đạo và những người thường dân. Một số quần chúng tại các huyện Long Châu, Tĩnh Tây, Nà Pha Quảng Tây đã từng bảo vệ che chở cho Bác và nhiều đồng chí Việt Nam hoạt động cách mạng trên vùng biên giới Trung-Việt, họ từng cung cấp nơi ăn chốn ở, giúp đỡ mua vật tư quân nhu và thuốc men, đảm nhận nhiệm vụ giao liên v.v... Sau ngày cách mạng Việt Nam thắng lợi, một số cán bộ lão thành Việt Nam thường mời quần chúng vùng biên giới Quảng Tây mà mình thân quen đến thăm Việt Nam. Khi được tin họ sang thăm Bác đã tận khả năng dành thời gian sắp xếp gặp gỡ và tọa đàm. Tháng 2 năm 1959 và tháng 1 năm 1960, tại Hà Nội Hồ Chủ tịch đã lần lượt tiếp ông Phan Toàn Chân và ông Nông Kỳ Chấn ở xã Hạ Đống huyện Long Châu Quảng Tây nhận lời mời sang thăm Việt Nam. Tháng 8 năm 1963, Hồ Chủ tịch đích thân phê chuẩn Ủy ban Dân tộc Nhà nước Việt Nam mời 7 quần chúng vùng biên giới thuộc huyện Tĩnh Tây và Na Pha Quảng Tây đến thăm Việt Nam. Trước kia, những người dân này đã từng nhiều lần giúp đỡ cách mạng Việt Nam, trong đó có anh Dương Thắng Cường người em ruột của người nông dân Tĩnh Tây Dương Đào từng dẫn đường cho Hồ Chí Minh và cuối cùng đã hy sinh trong ngục tù. Ngay hôm 7 người dân biên giới Quảng Tây đến Việt Nam Hồ Chủ tịch đã sắp xếp tiếp kiến. Người xúc động nói: "Trong những năm tháng cách mạng trước đây nhân dân Quảng Tây đã dành nhiều giúp đỡ cho Việt Nam. Nhân dân Việt

Nam rất cám ơn các bạn, luôn ghi nhớ tình nghĩa của các bạn." Hồ Chủ tịch còn nắm tay Dương Thắng Cường và nói: "Liệt sĩ Dương Đào đã hy sinh vì cách mạng Việt Nam, nhân dân Việt Nam chúng tôi mãi mãi ghi nhớ anh ấy." Sau mười mấy hôm tham quan du ngoạn tại các địa phương Việt Nam những người dân biên giới Quảng Tây đã trở về Hà Nội, đúng dịp kỷ niệm Quốc khánh Việt Nam, Hồ Chủ tịch lại mời mọi người tham dự buổi tiệc chiêu đãi mừng Quốc khánh và ngồi ngay cạnh mọi người. Thập kỷ 50 thế kỷ XX, Trường Dục tài Nam Ninh Quảng Tây và Bệnh viện 303 Nam Ninh đã có nhiều đóng góp tích cực về mặt đào tạo thanh thiếu niên và điều trị thương bệnh binh cho Việt Nam. Tháng 8 năm 1958, Chính phủ Việt Nam qua sự chuẩn y đặc biệt của Hồ Chủ tịch mời 2 đơn vị kể trên cử đoàn đại biểu với 12 thành viên sang thăm Việt Nam. Hồ Chủ tịch đã chỉ thị cho Ban Tổ chức Trung ương Đảng, Bộ Giáo dục, Bộ Y tế Việt Nam chuẩn bị chu đáo cho việc đón tiếp. Ngày 4 tháng 9, Hồ Chủ tịch đã tiếp các vị khách Quảng Tây ngay tại Phủ Chủ tịch. Người bắt tay với từng thành viên trong Đoàn đại biểu rồi cùng tọa đàm và đã khẳng định đầy đủ những thành tích và đóng góp trong việc giúp đỡ Việt Nam mà 2 đơn vị kể trên đã giành được, đồng thời nhiều lần bày tỏ lòng cảm ơn và còn cùng mọi người ăn bữa cơm trưa rồi chụp ảnh lưu niệm. Nguyên trưởng đoàn cố vấn quân sự Trung Quốc tại Việt Nam đồng chí Vi Quốc Thanh cũng là người gốc Quảng Tây, và là bạn lâu năm của Hồ Chủ tịch. Tháng 2 năm 1961 vào trước Tết âm lịch, Hồ Chủ tịch đã mời cả gia đình đồng chí sang Việt Nam ăn Tết. Chiều Mồng một Tết, đồng chí Vi Quốc Thanh và phu nhân cùng 3 cháu đã theo lời mời đến Phủ Chủ tịch, Hồ Chủ tịch đã ra cổng lớn đón vợ chồng Vi Quốc Thanh và kéo các cháu lại bế cháu này xong lại ôm hôn cháu khác, sau đó Người đưa mọi người vào nhà sàn tham quan và tọa đàm tâm sự rồi chụp ảnh lưu niệm, cùng gia đình Vi Quốc Thanh chung mâm bữa cơm chiều. Trong buổi tiệc Hồ Chủ tịch thâm tình nói: "Trưởng đoàn Vi Quốc Thanh là người bạn thân thiết của chúng ta, và là vị công thần của cách mạng Việt Nam. Chúng ta rất hoan nghênh đồng chí cùng với cả gia đình đến thăm Việt Nam, mong đồng chí sẽ đến thăm nhiều địa phương của Việt Nam." (Hồ Chủ tịch vẫn gọi Vi Quốc Thanh với chức vụ Trưởng đoàn cố vấn Trung Quốc), bắt đầu từ hôm sau buổi tiếp của Hồ Chủ tịch, được sự tháp tùng lần lượt của Bộ trưởng Quốc phòng Việt Nam Võ Nguyên Giáp và Phó Tổng Tham mưu trưởng Quân đội Nhân dân Việt Nam Hoàng Văn Thái đồng chí Vi Quốc Thanh đã đi thăm Hải Phòng, vịnh Hạ Long, Điện Biên Phủ, Thái Nguyên. Sau khi về tới Hà Nội , Hồ Chủ tịch một lần nữa gặp mặt gia đình Vi Quốc Thanh. Người nói với đồng chí Vi Quốc Thanh rằng: "Đợi ngày miền Nam giải phóng, Việt Nam hoàn toàn thống nhất, mời đồng chí lại sang thăm. Lúc đó đồng chí có thể đi suốt từ Bắc chí Nam..."

Tình cảm sâu nặng của Hồ Chủ tịch dành cho nhân dân Quảng Tây đã đi sâu ghi tạc trong lòng nhân dân các dân tộc Quảng Tây.

1 到中国：友谊之行倾情传播越中友谊

Đến Trung Quốc: Hết lòng truyền bá tình hữu nghị Trung-Việt trong chuyến đi hữu nghị

1950 年 1 月，胡志明（右二）秘密访华途经广西崇善县（今崇左市）板利乡时与陪同人员合影。

Tháng 1 năm 1950, Hồ Chí Minh (người thứ 2 bên phải) bí mật sang thăm Trung Quốc. Đây là bức ảnh chụp của Người cùng các đồng chí trong Đoàn tại Trường tiểu học Trung tâm xã Bản Lợi huyện Sùng Thiện (nay là thành phố Sùng Tả) Quảng Tây.

胡志明秘密访华途经南宁时，广西省党政军领导与胡志明一起用餐。

Trên đường bí mật sang thăm Trung Quốc, Hồ Chí Minh đến Nam Ninh, các đồng chí lãnh đạo Đảng, chính quyền, quân đội tại Quảng Tây mở tiệc chiêu đãi Người.

1950 年 1 月，胡志明在北京与中华人民共和国中央人民政府副主席朱德合影。

Tháng 1 năm 1950, Hồ Chủ tịch gặp mặt Phó Chủ tịch Chính phủ Nhân dân Trung ương Nước Cộng hòa Nhân dân Trung Hoa Chu Đức tại Bắc Kinh.

1952 年冬，胡志明到中国时摄于北京中南海。

Hồ Chí Minh tại *Trung Nam Hải Bắc Kinh*, mùa đông năm 1952.

1955 年 6 月，胡志明在越南北方解放后首次正式访华。在中国副外长姬鹏飞（右）、中国驻越大使罗贵波（左）、广西副省长覃应机（后左）陪同下步入睦南关（今友谊关）。

Sau khi miền Bắc Việt Nam giải phóng, tháng 6 năm 1955 Chủ tịch Hồ Chí Minh lần đầu tiên thăm chính thức Trung Quốc. Trong ảnh Hồ Chủ tịch cùng với đồng chí Cơ Bằng Phi, Thứ trưởng Bộ Ngoại giao Trung Quốc (bên phải); La Quý Ba, Đại sứ Trung Quốc tại Việt Nam (bên trái); Đàm Ứng Cơ, Phó tỉnh trưởng Quảng Tây (hàng sau bên trái) bước vào Mục Nam Quan (nay là Hữu Nghị Quan).

胡志明在广西凭祥登上开往南宁的火车时与送行群众亲切道别。

Chủ tịch Hồ Chí Minh trước khi bước lên xe lửa tại Bằng Tường đã nói chuyện thân mật với quần chúng ra tiễn.

胡志明在南宁市群众欢迎集会上发表讲话。

Chủ tịch Hồ Chí Minh nói chuyện tại cuộc mít tinh quần chúng thành phố Nam Ninh chào mừng Người.

1955 年 6 月，胡志明首次正式访华到达北京，中华人民共和国中央人民政府主席毛泽东到机场迎接。

Tháng 6 năm 1955, Hồ Chí Minh lần đầu tiên chính thức đi thăm Trung Quốc và đến Bắc Kinh, Chủ tịch Nước Cộng hòa Nhân dân Trung Hoa Mao Trạch Đông đã ra sân bay đón Chủ tịch Hồ Chí Minh.

毛泽东等中国领导人与胡志明在北京机场检阅仪仗队。

Chủ tịch Mao Trạch Đông và các đồng chí lãnh đạo khác của Trung Quốc đã cùng Hồ Chủ tịch kiểm duyệt đơn vị bộ đội danh dự.

中华人民共和国中央人民政府副主席刘少奇和周恩来与胡志明一起进入宴会厅。

Hồ Chủ tịch, Phó Chủ tịch Chính phủ Nhân dân Trung ương Nước Cộng hòa Nhân dân Trung Hoa Lưu Thiếu Kỳ và Thủ tướng Quốc Vụ viện Trung Quốc Chu Ân Lai cùng bước vào sảnh yến tiệc.

刘少奇与胡志明在欢迎宴会上。

Hồ Chủ tịch và đồng chí Lưu Thiếu Kỳ tại buổi tiệc chào mừng.

毛泽东与胡志明亲切交谈。
Mao Chủ tịch tiếp thân mật Hồ Chủ tịch.

毛泽东与胡志明在会谈中。

Mao Trạch Đông và Hồ Chí Minh đang trong hội đàm.

胡志明在北京和董必武、林伯渠等老朋友及其子女在一起。
Hồ Chủ tịch, đồng chí Đổng Tất Vũ và Lâm Bá Cừ cùng bè bạn thân lâu năm khác và con em họ gặp mặt tại Bắc Kinh.

胡志明在北京与北海幼儿园的孩子们在一起。
Bác Hồ với các cháu ở *Trường Mầm non Bắc Hải* Bắc Kinh.

胡志明参观北京郊区黄土岗农业合作社。

Hồ Chủ tịch tham quan *Hợp tác xã nông nghiệp Hoàng Thổ Cương* ngoại ô Bắc Kinh.

胡志明参观北京官厅水库。

Hồ Chủ tịch tham quan hồ chứa nước Quan Thính Bắc Kinh.

毛泽东等领导人与胡志明出席在中山公园举办的“七一”晚会。

Mao Chủ tịch và Hồ Chủ tịch cùng các đồng chí lãnh đạo khác dự *Dạ hội văn nghệ Mồng 1 tháng 7* (chào mừng kỉ niệm thành lập Đảng Cộng sản Trung Quốc) tại công viên Trung Sơn Bắc Kinh.

1957 年，胡志明到中国度假，中共中央副主席朱德到机场迎接。

Năm 1957, Hồ Chủ tịch đến nghỉ ngơi tại Trung Quốc, Phó Chủ tịch Ban chấp hành Trung ương Đảng Cộng sản Trung Quốc Chu Đức ra sân bay đón Người.

1957 年 12 月，中共中央主席毛泽东在杭州与胡志明亲切交谈。

Chủ tịch Ban chấp hành Trung ương Đảng Cộng sản Trung Quốc Mao Trạch Đông gặp thân mật Chủ tịch Hồ Chí Minh tại Hàng Châu, tháng 12 năm 1957.

胡志明在杭州乘船游览西湖。

Hồ Chủ tịch ngồi du thuyền du ngoạn Tây Hồ.

胡志明访问浙江省富春江畔农舍。

Hồ Chủ tịch thăm gia đình nông dân bên bờ sông Phú Xuân tỉnh Chiết Giang.

1957 年 12 月，胡志明在南宁视察设在这里的越南学校——南宁育才学校，并向师生们发表讲话。

Tháng 12 năm 1957, Hồ Chí Minh thị sát *Trường Việt Nam* tại Nam Ninh – *Trường Dục tài Nam Ninh* và nói chuyện với giáo viên và học viên nhà trường.

1958 年 4 月，胡志明访问广东，与当地领导陶铸、陈郁等在宾馆花园合影。

Tháng 4 năm 1958, Hồ Chủ tịch thăm tỉnh Quảng Đông cùng các đồng chí lãnh đạo địa phương Đào Chú, Trần Úc chụp ảnh tại vườn hoa khách sạn.

胡志明在广州参观二沙岛广东体育训练基地。

Hồ Chủ tịch tham quan *Cơ* sở tập huấn thể thao tỉnh Quảng Đông tại đảo Nhị Sa thành phố Quảng Châu.

胡志明与广东体操技巧队全体队员合影。

Hồ Chủ tịch chụp chung với toàn thể các đội viên Đội thể dục kỹ xảo Quảng Đông.

1958 年 6 月，胡志明访华，毛泽东在北京西郊和他亲切会见。

Tháng 6 năm 1958, Hồ Chủ tịch thăm Trung Quốc cùng Mao Chủ tịch gặp gỡ thân mật tại Tây Giao Bắc Kinh.

1958 年 6 月，胡志明到北戴河游览时与当地领导和工作人员合影。

Tháng 6 năm 1958, Hồ Chí Minh du ngoạn tại Bắc Đới Hà và chụp ảnh với các đồng chí lãnh đạo và nhân viên công tác tại địa phương.

1959 年 2 月，胡志明赴苏联访问回国途中到达北京，毛泽东和他亲切会见。

Tháng 2 năm 1959, Hồ Chủ tịch trên đường đi thăm Liên Xô về nước Chủ tịch Mao Trạch Đông đã thân mật tiếp Người tại Bắc Kinh.

1959 年 2 月，毛泽东等中国领导人在北京和胡志明等合影。

Chủ tịch Mao Trạch Đông và các đồng chí lãnh đạo Trung Quốc chụp ảnh chung với Hồ Chủ tịch, tháng 2 năm 1959 tại Bắc Kinh.

胡志明在南宁停留时与广西领导刘建勋（左）、韦国清（右）亲切会见。

Trong thời gian nghỉ chân tại Nam Ninh Hồ Chí Minh đã gặp gỡ thân mật với lãnh đạo Quảng Tây Lưu Kiến Huân (bên trái), Vi Quốc Thanh (bên phải).

胡志明在南宁人民公园与孩子们亲切打招呼。

Chủ tịch Hồ Chí Minh chào thân mật các cháu thiếu nhi tại Công viên Nhân Dân Nam Ninh.

1959 年 3 月，胡志明出访印尼回国途经昆明，受到云南省领导的热烈欢迎。

Tháng 3 năm 1959, Chủ tịch Hồ Chí Minh đi thăm Indonesia khi về nước ghé qua Côn Minh được lãnh đạo tỉnh Vân Nam nồng nhiệt đón tiếp.

1959 年 8 月，胡志明去苏联度假后访问新疆，与当地领导合影。

Tháng 8 năm 1959, Chủ tịch Hồ Chí Minh sau khi nghỉ ngơi tại Liên Xô đã đến thăm Tân Cương và chụp chung với lãnh đạo địa phương.

1959 年 8 月，胡志明访问陕西，与当地领导合影。

Tháng 8 năm 1959, Chủ tịch Hồ Chí Minh thăm tỉnh Thiểm Tây và chụp chung với lãnh đạo địa phương

1959 年 8 月，胡志明在北京看望正在解放军政治学院学习的越南学员。

Tháng 8 năm 1959, Chủ tịch Hồ Chí Minh đến thăm các học viên Việt Nam đang theo học tại *Học viện Chính trị Quân Giải phóng Nhân dân Trung Quốc* ở Bắc Kinh.

1959 年 8 月，毛泽东等中国领导人在庐山会见胡志明。

Tháng 8 năm 1959, Hồ Chủ tịch gặp gỡ Mao Chủ tịch và các đồng chí lãnh đạo Trung Quốc tại Lư Sơn.

1959 年 8 月，胡志明在庐山与刘少奇及其家属在一起。

Tháng 8 năm 1959, Hồ Chí Minh cùng đồng chí Lưu Thiếu Kỳ và gia quyến tại Lư Sơn.

1959 年 8 月，胡志明在庐山风景区游览。

Tháng 8 năm 1959, Chủ tịch Hồ Chí Minh du ngoạn thắng cảnh Lư Sơn.

1959 年 10 月，胡志明在北京参加中国国庆 10 周年活动，毛泽东、刘少奇、朱德与其合影。

Tháng 10 năm 1959, tại Bắc Kinh Chủ tịch Hồ Chí Minh tham gia sự kiện *Chào mừng* kỉ niệm *10 năm Quốc khánh Trung Quốc* và chụp chung với các đồng chí Mao Trạch Đông, Lưu Thiếu Kỳ, Chu Đức.

1959 年 10 月，毛泽东与胡志明在天安门城楼上亲切交谈。

Mao Chủ tịch và Hồ Chủ tịch chuyện trò thân mật trên *Thành lầu Thiên An Môn,* tháng 10 năm 1959.

胡志明在北京与老朋友宋庆龄亲切会见。

Chủ tịch Hồ Chí Minh gặp gỡ thân mật với người bạn thân lâu năm bà Tống Khánh Linh, tại Bắc Kinh.

1959 年 10 月，刘少奇、朱德等同志在北京与胡志明一起合影。

Chủ tịch Hồ Chí Minh cùng các đồng chí Lưu Thiếu Kỳ, Chu Đức chụp chung, tháng 10 năm 1959 tại Bắc Kinh.

1960 年 2 月，胡志明视察越南广宁省芒街时，从中越友谊大桥步行至广西东兴市访问。

Tháng 2 năm 1960, Chủ tịch Hồ Chí Minh khi thị sát Móng Cái tỉnh Quảng Ninh đã đi qua cây cầu Hữu Nghị Trung-Việt ghé thăm thị xã Đông Hưng Quảng Tây.

1960 年 5 月，《广西日报》摄影师赵黄岗在南宁为胡志明拍摄的肖像照片。

Tấm ảnh Chủ tịch Hồ Chí Minh chụp tháng 5 năm 1960 tại Nam Ninh, nhiếp ảnh: phóng viên "Quảng Tây Nhật báo" Triệu Hoàng Cương.

1960 年 5 月 17 日，胡志明到广西南宁度假，在西园饭店与老朋友、广西壮族自治区政府主席韦国清亲切交谈。

Ngày 17 tháng 5 năm 1960, Chủ tịch Hồ Chí Minh nghỉ ngơi tại Nam Ninh Quảng Tây và đã chuyện trò thân mật với người bạn tri kỉ đồng chí Vi Quốc Thanh Chủ tịch Chính quyền Nhân dân Khu tự trị dân tộc Choang Quảng Tây tại *Khách sạn Tây Viên.*

1960 年 5 月 19 日是胡志明 70 岁生日，韦国清将毛泽东等中国领导人致胡志明的生日贺电当面交给他。

Ngày 19 tháng 5 năm 1960 là kỷ niệm 70 năm ngày sinh của Chủ tịch Hồ Chí Minh, đồng chí Vi Quốc Thanh đã trao tận tay bức điện mừng sinh nhật của Chủ tịch Mao Trạch Đông và các đồng chí lãnh đạo Trung Quốc gửi Hồ Chủ tịch.

胡志明在南宁参观农业机械操作演示。

Hồ Chủ tịch tham quan *Triển lãm thao tác Cơ giới nông nghiệp* tại Nam Ninh.

胡志明在南宁参观银行储蓄所。

Chủ tịch Hồ Chí Minh tham quan một quầy gửi tiết kiệm tại Nam Ninh.

胡志明在南宁与小演员们在一起。
Chủ tịch Hồ Chí Minh cùng các diễn viên nhỏ tại Nam Ninh.

胡志明观看歌剧《刘三姐》后与演员们合影。
Chủ tịch Hồ Chí Minh xem ca kịch *"Chị Ba Lưu"* và chụp chung với các diễn viên.

胡志明与南宁西园饭店的工作人员合影。
Hồ Chủ tịch chụp chung với nhân viên *Khách sạn Tây Viên* Nam Ninh.

1960年10月，胡志明飞抵广东湛江，从这里转往海南访问。外交部部长陈毅及广东省领导陶铸、陈郁、区梦觉等到机场迎接。

Tháng 10 năm 1960, Chủ tịch Hồ Chí Minh đáp máy bay đến Trạm Giang tỉnh Quảng Đông và từ đây đi thăm đảo Hải Nam. Bộ trưởng Ngoại giao Trung Quốc Trần Nghị, các đồng chí lãnh đạo tỉnh Quảng Đông Đào Chú, Trần Úc, Âu Mộng Giác ra sân bay đón Người.

胡志明参观海南岛榆林港某海军基地。

Chủ tịch Hồ Chí Minh thị sát một Cơ sở hải quân tại cảng Du Lâm đảo Hải Nam.

胡志明在榆林港海湾游泳。

Chủ tịch Hồ Chí Minh bơi lội trên vịnh tại cảng Du Lâm.

胡志明参观海南红光农场的胡椒园。

Hồ Chủ tịch tham quan vườn hồ tiêu Nông trường Hồng Quang Hải Nam.

胡志明认真观看农场工人割橡胶。

Hồ Chủ tịch chăm chú quan sát công nhân nông trường cắt mủ cao su.

胡志明与农场青年突击队员在一起。

Hồ Chủ tịch chụp chung với *Thanh niên xung phong* nông trường.

胡志明与农场子弟学校师生合影。

Hồ Chủ tịch chụp chung với các giáo viên và học sinh *Trường con em công nhân viên nông trường.*

胡志明在农场访问工人家庭。

Hồ Chủ tịch thăm gia đình công nhân nông trường.

胡志明从农场女工手中接过婴儿抱在怀里。

Bác Hồ bế một cháu bé con em công nhân viên nông trường.

胡志明与海口宾馆的工作人员合影。

Hồ Chủ tịch chụp chung với một số nhân viên *Khách sạn Hải Khẩu.*

1960 年 11 月，胡志明赴苏联访问经过北京，中国领导人周恩来、朱德、陈云等到机场送行。

Tháng 11 năm 1960, Chủ tịch Hồ Chí Minh ghé Bắc Kinh trên đường đi thăm Liên Xô, các đồng chí lãnh đạo Trung Quốc Chu Ân Lai, Chu Đức, Trần Vân ra sân bay tiễn Người.

1960 年 12 月，毛泽东亲切会见自苏联回到北京的胡志明。

Tháng 12 năm 1960, Mao Chủ tịch tiếp thân mật Hồ Chủ tịch sau khi đi thăm Liên Xô về tới Bắc Kinh.

1960年12月，毛泽东与胡志明一起观看文艺演出后接见演员。

Mao Chủ tịch và Hồ Chủ tịch cùng xem biểu diễn văn nghệ và gặp gỡ các diễn viên, tháng 12 năm 1960.

1961年4月，胡志明应中国政府邀请到广西凭祥作内部访问后，韦国清及陈毅外长夫人张茜等送胡志明出友谊关回国。

Tháng 4 năm 1961, Chủ tịch Hồ Chí Minh nhận lời mời của Chính phủ Trung Quốc đến Bằng Tường Quảng Tây với chuyến đi thăm nội bộ, đồng chí Vi Quốc Thanh và đồng chí Trương Xuyến, phu nhân Ngoại trưởng Trần Nghị đã đến tận Hữu Nghị Quan tiễn chân Người về nước.

1961 年 5 月中旬，胡志明到中国度假，与韦国清及中国驻越南大使何伟在桂林榕湖饭店合影。

Trung tuần tháng 5 năm 1961, Chủ tịch Hồ Chí Minh đến Trung Quốc nghỉ ngơi. Tại khách sạn Dung Hồ Quế Lâm Người đã chụp chung với đồng chí Vi Quốc Thanh và Đại sứ Trung Quốc tại Việt Nam Hà Vĩ.

胡志明登上叠彩山，眺望桂林山水风光。

Chủ tịch Hồ Chí Minh leo lên núi Điệp Thái ngắm cảnh non nước Quế Lâm.

胡志明在桂林七星公园与少年儿童在一起。

Chủ tịch Hồ Chí Minh cùng các cháu thiếu niên nhi đồng ở Công viên Thất Tinh thành phố Quế Lâm.

胡志明在漓江游船上带头跳起集体舞。

Chủ tịch Hồ Chí Minh tham gia khiêu vũ tập thể trên con thuyền du ngoạn sông Ly Giang.

胡志明与陪同人员行走在阳朔碧莲峰下的山道上。

Hồ Chủ tịch cùng nhân viên tháp tùng đi trên con đường dưới chân núi Bích Liên Phong tại Dương Sóc.

胡志明观看桂林戏剧学校少年班演出后，与小演员们亲切握手。

Sau khi xem biểu diễn của *Lớp Thiếu niên Trường Hí kịch Quế Lâm* Hồ Chủ tịch đã thân mật bắt tay các diễn viên nhỏ.

胡志明在桂林榕湖饭店书写自己创作的桂林风景诗条幅。

Chủ tịch Hồ Chí Minh viết thơ Phong cảnh Quế Lâm tại khách sạn Dung Hồ thành phố Quế Lâm.

胡志明离开桂林前到榕湖饭店厨房看望工作人员。

Trước khi rời Quế Lâm Hồ Chủ tịch đã vào tận nhà bếp *Khách sạn Dung Hồ* thăm hỏi nhân viên phục vụ.

1961 年 5 月，胡志明在湖南省韶山冲参观毛泽东同志旧居。
Tháng 5 năm 1961, Hồ Chủ tịch đi thăm ngôi nhà đồng chí Mao Trạch Đông tại Thiều Sơn Xung tỉnh Hồ Nam.

1961 年 5 月，胡志明在南京与当地领导和工作人员合影。
Tháng 5 năm 1961, Hồ Chủ tịch chụp chung với lãnh đạo và nhân viên công tác của thành phố Nam Kinh.

胡志明在无锡乘船游览太湖。
Chủ tịch Hồ Chí Minh ngồi thuyền du ngoạn Thái Hồ tại Vô Tích.

1962 年 5 月 17 日，胡志明再次来到南宁度假，韦国清携家人到机场迎接。

Ngày 17 tháng 5 năm 1962, Hồ Chủ tịch một lần nữa đến Nam Ninh nghỉ ngơi, đồng chí Vi Quốc Thanh và mọi người trong gia đình đã ra sân bay đón Người.

1962 年 5 月 19 日，胡志明 72 岁生日当天来到韦国清家做客，出席为他举行的生日家宴。

Đúng dịp kỷ niệm 72 năm ngày sinh của mình (19/5/1962), Hồ Chủ tịch có mặt tại nhà đồng chí Vi Quốc Thanh dự bữa tiệc gia đình chúc mừng ngày sinh nhật của Người.

胡志明开心地逗乐韦国清家的小宝宝。

Hồ Chủ tịch đùa với cháu Tiểu Bảo Bảo – con trai út của đồng chí Vi Quốc Thanh.

胡志明在南宁观看文艺晚会演出。

Hồ Chủ tịch xem biểu diễn Dạ hội văn nghệ tại Nam Ninh.

胡志明与参加演出的演员们合影。

Chủ tịch Hồ Chí Minh chụp ảnh cùng các diễn viên nhỏ tham gia biểu diễn.

1962年8月，胡志明在昆明度假，与当地文艺工作者在一起。

Hồ Chủ tịch và những người làm công tác văn hóa văn nghệ tại địa phương khi Người nghỉ ngơi tại Côn Minh tỉnh Vân Nam, tháng 8 năm 1962.

胡志明在昆明的宾馆与工作人员跳集体舞。

Chủ tịch Hồ Chí Minh khiêu vũ tập thể cùng nhân viên công tác khách sạn tại Côn Minh.

1962年9月，胡志明出国访问途经北京时，与中共中央委员会总书记邓小平亲切会见。

Tháng 9 năm 1962 trong chuyến thăm nước ngoài Chủ tịch Hồ Chí Minh ghé qua Bắc Kinh và gặp gỡ thân mật đồng chí Đặng Tiểu Bình, Tổng Bí thư Ban Chấp hành Trung ương Đảng Cộng sản Trung Quốc.

1963 年 9—10 月，胡志明到广东从化温泉治病疗养，住在从化温泉宾馆松园 1 号。

Từ tháng 9 – 10 năm 1963, Chủ tịch Hồ Chí Minh đến nghỉ ngơi điều trị tại Ôn Tuyền Tùng Hóa tỉnh Quảng Đông, Người nghỉ tại *Biệt thự số 1 Nhà khách Ôn Tuyền* Tùng Hóa.

胡志明的老朋友、中国共产党广东省委书记处书记区梦觉携女儿到宾馆看望胡志明。

Bạn cố hữu của Hồ Chủ tịch, Bí thư Tỉnh ủy Quảng Đông Âu Mộng Giác cùng đứa con gái đến nơi nghỉ thăm Người.

胡志明在宾馆后山散步时，欣赏山林景色。
Hồ Chủ tịch thường đi dạo ngắm cảnh núi non khu rừng sau Khách sạn.

胡志明在温泉宾馆打桌球。
Hồ Chủ tịch chơi bi-a tại *Nhà khách Ôn Tuyền.*

胡志明回国前与宾馆工作人员合影。
Trước khi về nước Hồ Chủ tịch đã chụp ảnh chung với nhân viên Nhà khách.

1964 年 5—6 月，胡志明再次到广东从化温泉疗养。74 岁生日当天，胡志明和区梦觉及工作人员共进生日晚餐后，向宾馆厨师表示感谢。

Từ tháng 5 - 6 năm 1964, Hồ Chủ tịch một lần nữa đến điều dưỡng tại Ôn Tuyền Tùng Hóa Quảng Đông. Vào kỷ niệm 74 năm ngày sinh nhật của Người, đồng chí Âu Mộng Giác đã cùng các nhân viên công tác dự bữa tiệc chiều mừng sinh nhật cho Người, sau bữa tiệc Hồ Chủ tịch đã bày tỏ cảm ơn đối với các vị đầu bếp của Nhà khách.

胡志明参观温泉附近的流溪河水库。

Chủ tịch Hồ Chí Minh tham quan hồ chứa nước Lưu Khê Hà nơi gần Ôn Tuyền.

胡志明参观从化县农业科学研究所的水稻试验田。

Chủ tịch Hồ Chí Minh tham quan ruộng thí nghiệm lúa nước của Sở Nghiên cứu Khoa học Nông nghiệp huyện Tùng Hóa.

胡志明参观广州珠江大桥。

Chủ tịch Hồ Chí Minh tham quan cây cầu lớn Quảng Châu bắc qua sông Châu Giang.

胡志明参观广州中国出口商品陈列馆，对各种出口服装赞不绝口。

Hồ Chủ tịch tham quan *Sảnh trưng bày sản phẩm xuất khẩu Quảng Châu* Trung Quốc và không ngớt lời khen đối với các loại phục trang xuất khẩu.

胡志明与陈列馆工作人员合影。

Hồ Chủ tịch chụp chung ảnh với nhân viên công tác tại *Sảnh trưng bày*.

1964年5月中旬，广东画报摄影师陆文骏在温泉宾馆为胡志明拍了标准像，胡志明对此非常满意。1965年元旦，胡志明把有自己亲笔签名的标准像回赠给陆文骏。

Trung tuần tháng 5 năm 1964, ông Lục Văn Tuấn nghệ sĩ nhiếp ảnh của *"Quảng Đông Họa báo"* đã chụp bức ảnh chân dung cho Hồ Chủ tịch ngay tại *Nhà khách Ôn Tuyền*. Người đã rất hài lòng về tấm ảnh này. Tết Dương lịch năm 1965, Hồ Chủ tịch đã đích thân ký tên lên bức chân dung này và tặng lại cho Lục Văn Tuấn.

1964 年 5 月下旬，广州军区战士歌舞团在宾馆为胡志明演出。

Hạ tuần tháng 5 năm 1964, Đoàn Ca múa Chiến sĩ Quân khu Quảng Châu đến *Nhà khách* biểu diễn phục vụ Hồ Chủ tịch.

胡志明与演员合影。

Sau khi biểu diễn kết thúc Hồ Chủ tịch đã chụp ảnh chung với các diễn viên.

1964 年 6 月中旬，胡志明在宾馆观看广东湛江青年粤剧团演出后与演员合影。

Trung tuần tháng 6 năm 1964, sau khi xem biểu diễn của Đoàn Việt kịch Thanh niên Trạm Giang Quảng Đông ngay tại Nhà khách Hồ Chủ tịch đã chụp chung với các diễn viên.

胡志明回国前与温泉宾馆工作人员和警卫战士合影。

Trước lúc lên đường về nước Hồ Chủ tịch đã chụp ảnh chung với nhân viên công tác *Nhà khách* và các chiến sĩ cảnh vệ.

1965 年 5 月，胡志明在中国国家副主席董必武（后排右一）陪同下离开北京去黄山度假，邓小平到机场送行。

Tháng 5 năm 1965, phó Chủ tịch nước Trung Quốc Đổng Tất Vũ cùng Hồ Chủ tịch rời khỏi Bắc Kinh đi nghỉ ngơi tại Hoàng Sơn, đồng chí Đặng Tiểu Bình đến sân bay tiễn chân.

胡志明在黄山与董必武及当地领导和工作人员合影。

Chủ tịch Hồ Chí Minh cùng đồng chí Đổng Tất Vũ và các đồng chí lãnh đạo địa phương và nhân viên công tác chụp chung ảnh tại Hoàng Sơn.

胡志明在黄山与小朋友在一起。

Chủ tịch Hồ Chí Minh cùng các cháu thiếu nhi ở Hoàng Sơn.

1965 年 5 月，胡志明访问广东。陶铸、区梦觉等领导到珠岛宾馆看望胡志明，并在宾馆庭院散步。

Tháng 5 năm 1965, Chủ tịch Hồ Chí Minh đến thăm Quảng Đông. Các đồng chí lãnh đạo Đào Chú, Âu Mộng Giác đến *Khách sạn Châu Đảo* thăm Người và cùng đi dạo trong khuôn viên khách sạn.

胡志明与广东省领导在宾馆花园参加植树劳动。

Chủ tịch Hồ Chí Minh cùng các đồng chí lãnh đạo tỉnh Quảng Đông tham gia lao động trồng cây phủ xanh tại vườn hoa khách sạn.

胡志明回国前与珠岛宾馆工作人员和警卫战士合影。

Trước khi về nước Hồ Chủ tịch đã cùng nhân viên Khách sạn và các chiến sĩ cảnh vệ chụp chung.

1965 年 5 月，中共中央中南局第一书记陶铸陪同胡志明到达湖南长沙，毛泽东与其合影。

Đồng chí Đào Chú, Bí thư thứ nhất Cục Trung nam Trung ương Đảng Cộng sản Trung Quốc tháp tùng Hồ Chủ tịch đến thành phố Trường Sa và chụp ảnh chung với Mao Chủ tịch, tháng 5 năm 1965.

1965 年 5 月，毛泽东与胡志明在长沙亲切交谈。
Mao Chủ tịch chuyện trò thân mật với Hồ Chủ tịch tại Trường Sa, tháng 5 năm 1965.

1965 年 6 月，毛泽东在杭州会见胡志明。浙江省委第一书记江华陪同会见。
Chủ tịch Mao Trạch Đông tiếp thân mật Chủ tịch Hồ Chí Minh đang ở thăm Hàng Châu. Đồng chí Giang Hoa Bí thư thứ nhất Tỉnh ủy Chiết Giang có mặt tại buổi tiếp, tháng 6 năm 1965.

1965年6月，胡志明在浙江省委第一书记江华陪同下来到南宁，胡志明与韦国清及江华亲切交谈。

Tháng 6 năm 1965, đồng chí Giang Hoa Bí thư thứ nhất Tỉnh ủy Chiết Giang tháp tùng Hồ Chủ tịch đến Nam Ninh. Hồ Chủ tịch cùng đồng chí Vi Quốc Thanh và Giang Hoa chuyện trò thân mật.

胡志明在南宁观看文艺演出后与演员们合影。

Hồ Chủ tịch sau khi xem biểu diễn văn nghệ tại Nam Ninh đã chụp chung với các diễn viên.

1965 年 11 月，胡志明到广东从化温泉宾馆治病疗养，与前来看望他的周恩来、彭真、罗瑞卿等及工作人员在宾馆合影。

Tháng 11 năm 1965, Chủ tịch Hồ Chí Minh một lần nữa đến điều trị và nghỉ ngơi tại *Nhà khách Ôn Tuyền Tùng Hóa Quảng Đông*. Hồ Chủ tịch đã chụp chung với các đồng chí Chu Ân Lai, Bành Chân, La Thụy Khanh đến thăm Người.

1965 年 11 月，胡志明在广州白云山山庄旅舍小住，省市领导前往看望。

Tháng 11 năm 1965, Chủ tịch Hồ Chí Minh nghỉ chân tại *Khách sạn Sơn trang Bạch Vân Sơn Quảng Châu*, các đồng chí lãnh đạo tỉnh Quảng Đông và thành phố Quảng Châu đã đến nơi nghỉ thăm Người.

广东省公安总队文工团为胡志明演出，胡志明在观看节目后给演员递送糖果点心。

Đoàn Văn công Tổng đội Công an Tỉnh Quảng Đông biểu diễn phục vụ Hồ Chủ tịch, sau khi xem chương trình biểu diễn Người đã chia bánh kẹo và điểm tâm cho các diễn viên.

胡志明与省市领导及演员、工作人员合影。

Hồ Chủ tịch chụp chung với lãnh đạo Tỉnh, Thành phố, các diễn viên và nhân viên công tác.

1966 年 5 月，胡志明在大连海边与工作人员合影。

Tháng 5 năm 1966, bên bờ biển Đại Liên Hồ Chủ tịch chụp chung với nhân viên công tác.

1966 年 6 月，胡志明访问延安时，参观当年曾经住过的枣园窑洞并留影。
Tháng 6 năm 1966, trong thời gian ở thăm Diên An Chủ tịch Hồ Chí Minh đã thăm lại nhà hầm ở Táo Viên nơi Người từng ở năm xưa và chụp ảnh lưu niệm.

胡志明在延安观看演出后亲切会见演员。
Sau khi xem biểu diễn tại Diên An Hồ Chủ tịch đã tiếp thân mật các diễn viên.

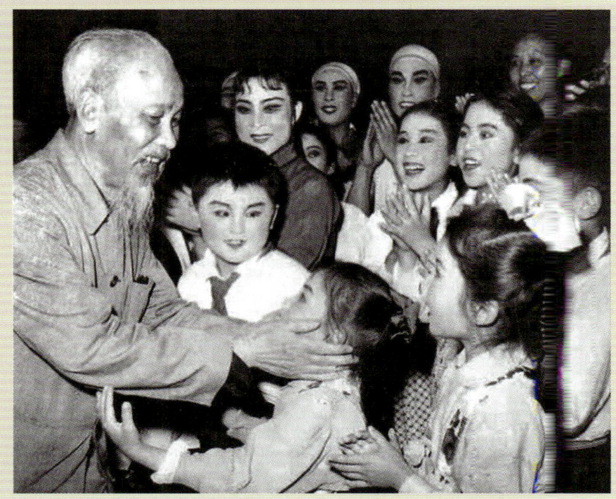

1966 年 6 月，胡志明访问延安后路过北京时，与参加表演节目的小朋友在一起。
Tháng 6 năm 1966, sau khi đi thăm Diên An Hồ Chủ tịch đã ghé qua Bắc Kinh, trong ảnh Người đang chung vui với các cháu thiếu nhi tham gia biểu diễn văn nghệ.

1966 年 6 月，毛泽东在杭州会见胡志明。

Tháng 6 năm 1966, Chủ tịch Mao Trạch Đông gặp thân mật Hồ Chủ tịch tại Hàng Châu.

1967 年 4—7 月，胡志明最后一次到广东从化温泉宾馆治病疗养。

Từ tháng 4 đến tháng 7 năm 1967, Chủ tịch Hồ Chí Minh lần cuối đến điều trị và nghỉ ngơi tại *Nhà khách Ôn Tuyền Tùng Hóa Quảng Đông.*

胡志明在温泉宾馆会客厅指挥工作人员合唱中国革命歌曲。

Tại *Sảnh Tiếp tân Nhà khách Ôn Tuyền*, Hồ Chủ tịch bắt nhịp cho nhân viên hợp ca ca khúc cách mạng Trung Quốc.

胡志明外出散步小憩时，在山间小路聆听工作人员唱歌。

Lúc nghỉ chân khi đi dạo trong rừng Hồ Chủ tịch chăm chú lắng nghe các nhân viên hát.

2 在越南：兄弟情深关爱欢迎中国同志

Ở Việt Nam: Sâu nặng tình anh em ân cần đón chào các đồng chí Trung Quốc

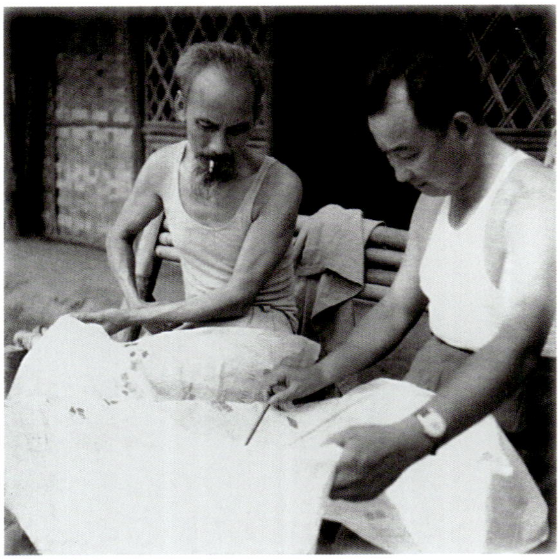

1950 年 8 月，胡志明与中共中央派到越南协助开展“边界战役”的陈赓共同研究作战方案。

Tháng 8 năm 1950, Hồ Chủ tịch và đồng chí Trần Canh được Trung ương Đảng Cộng sản Trung Quốc cử sang hỗ trợ tổ chức *"Chiến dịch biên giới"* cùng nghiên cứu phương án tác chiến.

1950 年，胡志明在越北解放区与陈赓等中国同志合影。

Năm 1950, Hồ Chủ tịch cùng Trần Canh và các đồng chí cố vấn Trung Quốc chụp chung tại *Khu Giải phóng Việt Bắc*.

1950年，胡志明在越北解放区与陈赓（右二）、罗贵波（右一）亲切交谈。

Năm 1950, tại *Khu Giải phóng Việt Bắc* Hồ Chủ tịch thân mật chuyện trò với La Quý Ba (người thứ nhất bên phải) và Trần Canh (người thứ 2 bên phải).

1950年，胡志明等越南同志与罗贵波等中国同志在越北解放区。

Năm 1950, Chủ tịch Hồ Chí Minh và đồng chí La Quý Ba cùng các đồng chí cố vấn Trung Quốc ở *Khu giải phóng Việt Bắc*.

胡志明与中国顾问团同志一起用餐。

Hồ Chủ tịch cùng ăn cơm với các đồng chí trong *Đoàn cố vấn Trung Quốc*.

1951 年，胡志明到中国顾问团驻地看望罗贵波等中国同志。

Năm 1951, Hồ Chủ tịch đến nơi trú đóng của *Đoàn cố vấn* thăm La Quý Ba cùng các đồng chí Trung Quốc.

1952 年，胡志明与罗贵波在越北解放区亲切交谈。

Năm 1952, Hồ Chủ tịch chuyện trò thân mật với đồng chí La Quý Ba tại *Khu Giải phóng Việt Bắc*.

1953 年元旦，胡志明与罗贵波及中国顾问团的女同志们在一起。

Tết Dương lịch năm 1953, Chủ tịch Hồ Chí Minh, đồng chí La Quý Ba cùng các nữ đồng chí trong *Đoàn cố vấn Trung Quốc*.

1953 年 9 月，胡志明到顾问团驻地看望韦国清等中国同志。

Tháng 9 năm 1953, Hồ Chủ tịch đến nơi trú đóng của *Đoàn cố vấn* thăm Vi Quốc Thanh cùng các đồng chí Trung Quốc.

1953 年 9 月，胡志明在越北出席向中国顾问授勋大会，并与中国同志合影。

Tháng 9 năm 1953, tại *Việt Bắc* Hồ Chủ tịch ra mắt Đại hội trao tặng huân chương cho các đồng chí cố vấn Trung Quốc và chụp chung với các đồng chí Trung Quốc.

胡志明给罗贵波颁授勋章。

Hồ Chủ tịch trao huân chương cho đồng chí La Quý Ba.

1955 年 1 月，越南政府还都河内，胡志明在主席府接见驻越大使罗贵波。

Tháng 1 năm 1955, Chính phủ Việt Nam trở về Hà Nội, Chủ tịch Hồ Chí Minh tiếp Đại sứ La Quý Ba.

1955 年 2 月 27 日，胡志明在视察睦南关—河内铁路工地时，向越中两国工人和工程技术人员发表讲话。

Ngày 27 tháng 2 năm 1955, khi thị sát công trường *Tuyến đường sắt Hà Nội – Mục Nam Quan*, Hồ Chủ tịch đã phát biểu nói chuyện với công nhân và kỹ sư công trình hai nước Việt-Trung.

1955 年 8 月，中国艺术团赴越南访问，胡志明观看演出。

Tháng 8 năm 1955, Đoàn Nghệ thuật Trung Quốc đến thăm Việt Nam, Hồ Chủ tịch xem chương trình biểu diễn của Đoàn.

胡志明在河内接见中国艺术团并合影。

Hồ Chủ tịch tiếp và chụp chung với Đoàn Nghệ thuật Trung Quốc tại Hà Nội.

1955 年 10 月，胡志明在河内亲切会见中国顾问团同志。

Tháng 10 năm 1955, Hồ Chủ tịch tiếp thân mật các đồng chí *Đoàn cố vấn Trung Quốc* tại Hà Nội.

1956 年 7 月，胡志明在河内接见中国驻越南经济代表方毅及中国赠送越南两艘轮船上的中国海员。

Tháng 7 năm 1956 tại Hà Nội, Chủ tịch Hồ Chí Minh tiếp đồng chí Phương Nghị - Đại biểu kinh tế Trung Quốc trú tại Việt Nam cùng các thủy thủ Trung Quốc tham gia Sự kiện *Trung Quốc tặng 2 chiếc tàu cho Việt Nam.*

1956 年 8 月，广西民族代表团访问越南，胡志明在主席府花园与代表团会见座谈。

Tháng 8 năm 1956, *Đoàn Đại biểu các Dân tộc Quảng Tây* thăm Việt Nam, Hồ Chủ tịch đã tiếp và tọa đàm với Đoàn tại vườn hoa Phủ Chủ tịch.

胡志明与广西民族代表团女代表在主席府台阶上席地而坐亲切交谈。

Hồ Chủ tịch nói chuyện thân mật với các nữ đại biểu trong *Đoàn Đại biểu các dân tộc Quảng Tây* ngay trước bậc thềm Phủ Chủ tịch.

1956 年 9 月，胡志明在河内参观中国经济建设成就展览会。

Tháng 9 năm 1956 tại Hà Nội, Hồ Chủ tịch tham quan *Triển lãm Thành tựu xây dựng kinh tế Trung Quốc.*

1956 年 10 月，胡志明在河内接见中国文化教育卫生代表团。

Tháng 10 năm 1956 tại Hà Nội, Chủ tịch Hồ Chí Minh tiếp *Đoàn Đại biểu Văn hóa Giáo dục và Y tế Trung Quốc.*

1956 年 11 月，胡志明在河内主席府会见中国国务院总理周恩来、副总理贺龙一行。

Tháng 11 năm 1956 tại Hà Nội, Chủ tịch Hồ Chí Minh tiếp Đoàn của Thủ tướng Quốc Vụ viện Trung Quốc Chu Ân Lai và Phó Thủ tướng Hạ Long sang thăm.

胡志明与周恩来亲切交谈。

Chủ tịch Hồ Chí Minh chuyện trò thân mật với Thủ tướng Chu Ân Lai.

胡志明与贺龙亲切握手。

Hồ Chủ tịch thân mật bắt tay với đồng chí Hạ Long.

胡志明出席在中国驻越南大使馆举办的欢迎周恩来访越宴会并发表讲话。

Hồ Chủ tịch ra mắt buổi tiệc chào mừng Thủ tướng Chu Ân Lai do Đại sứ quán Trung Quốc tại Việt Nam tổ chức và phát biểu nói chuyện.

1957 年 1 月，胡志明在河内观看中国哈尔滨评剧团演出后会见演员。

Tháng 1 năm 1957 tại Hà Nội, Chủ tịch Hồ Chí Minh xem biểu diễn của Đoàn Bình kịch Cáp Nhĩ Tân Trung Quốc và tiếp các diễn viên.

1957 年 6 月，胡志明在河内接见中国驻越南经济代表方毅及中国铁路专家组并合影留念。

Tháng 6 năm 1957 tại Hà Nội, Chủ tịch Hồ Chí Minh tiếp *Đoàn Đại biểu Kinh tế Trung Quốc trú tại Việt Nam* và *Tổ chuyên gia đường sắt Trung Quốc* rồi cùng mọi người chụp ảnh.

1957 年 6 月，胡志明与方毅在河内亲切交谈。

Hồ Chủ tịch chuyện trò thân mật với đồng chí Phương Nghị, tháng 6 năm 1957 tại Hà Nội.

1958 年 2 月，胡志明在河内中国农业成就展览会上参观农业机械。

Tháng 2 năm 1958, Hồ Chủ tịch tham quan *Triển lãm thành tựu nông nghiệp Trung Quốc*, trong ảnh Người đang tìm hiểu tình hình máy nông nghiệp.

1958 年 2 月，胡志明在河内中国农业成就展览会上参观农产品。

Tháng 2 năm 1958, Hồ Chủ tịch tham quan *Triển lãm thành tựu nông nghiệp Trung Quốc*, trong ảnh Người đang tìm hiểu tình hình sản phẩm nông nghiệp.

1958年3月，胡志明出席越南政府给中国齐齐哈尔杂技团授旗授勋仪式。

Tháng 3 năm 1958, Hồ Chủ tịch ra mắt buổi lễ Chính phủ Việt Nam tặng cờ cho Đoàn xiếc Tề Tề Cáp Nhĩ Trung Quốc.

胡志明与中国齐齐哈尔杂技团演员合影。

Hồ Chủ tịch chụp chung với các diễn viên Đoàn xiếc Tề Tề Cáp Nhĩ Trung Quốc.

1958年9月，胡志明在河内接见中国广西育才学校、303医院代表团。

Tháng 9 năm 1958 tại Hà Nội, Chủ tịch Hồ Chí Minh tiếp Đoàn Đại biểu *Trường Dục tài Quảng Tây* và Đoàn Đại biểu *Bệnh viện 303 Trung Quốc.*

胡志明与中国广西育才学校、303医院代表团座谈。

Hồ Chủ tịch tọa đàm với Đoàn Đại biểu *Trường Dục tài Quảng Tây* và *Bệnh viện 303 Trung Quốc.*

1958 年 12 月，胡志明在河内参观中国农垦展览会。

Tháng 12 năm 1958, Hồ Chủ tịch tham quan *Triển lãm Nông khẩn Trung Quốc* tổ chức tại Hà Nội.

1959 年 4 月，中国越剧团赴越南演出，胡志明亲自向剧团领导颁授勋章。

Tháng 4 năm 1959, Đoàn Việt kịch Trung Quốc đi thăm biểu diễn tại Việt Nam, Hồ Chủ tịch đích thân trao tặng huy chương cho lãnh đạo Đoàn.

1959 年 5 月，胡志明在河内接见中国广东体操队并合影。

Tháng 5 năm 1959 tại Hà Nội, Hồ Chủ tịch gặp gỡ Đội thể thao tỉnh Quảng Đông Trung Quốc và chụp chung với các thành viên.

1959年6月，胡志明在河内与中国医药代表团座谈。

Tháng 6 năm 1959 tại Hà Nội, Hồ Chủ tịch tọa đàm với *Đoàn Đại biểu Y dược Trung Quốc.*

1959年10月，胡志明在河内与中国新闻代表团亲切交谈。

Hồ Chủ tịch chuyện trò thân mật với Đoàn đại biểu Báo chí Trung Quốc tại Hà Nội, tháng 10 năm 1959.

1959年10月，胡志明在河内接见中国专机机组人员。

Tháng 10 năm 1959 tại Hà Nội, Hồ Chủ tịch tiếp nhân viên *tổ lái chuyên cơ Trung Quốc.*

1960 年 2 月，胡志明在越北谅山省视察时邀请中国广西凭祥市主要领导过境座谈。

Tháng 2 năm 1960, khi thị sát công tác tại tỉnh Lạng Sơn, Hồ Chủ tịch đã tọa đàm với các đồng chí lãnh đạo thị xã Bằng Tường Quảng Tây Trung Quốc nhận mời lời sang thăm.

1960 年 3 月，胡志明在河内接见"老朋友"陶铸及其夫人曾志和女儿。

Tháng 3 năm 1960 tại Hà Nội, Hồ Chủ tịch gặp gỡ *"bạn cố hữu"* đồng chí Đào Chú, phu nhân Tăng Chí và đứa con gái.

1960 年 5 月，胡志明在河内接见中国云南省党政代表团。

Tháng 5 năm 1960 tại Hà Nội, Chủ tịch Hồ Chí Minh tiếp Đoàn Đại biểu Đảng và Chính quyền tỉnh Vân Nam Trung Quốc.

1960 年 5 月，胡志明在河内接见研究人工降雨的中国广东省科技人员。

Tháng 5 năm 1960 tại Hà Nội, Chủ tịch Hồ Chí Minh tiếp các nhân viên kỹ thuật gây mưa nhân tạo tỉnh Quảng Đông Trung Quốc.

1960 年 5 月，周恩来访问越南。胡志明与周恩来共同出席河内市欢迎周恩来总理的大会。

Tháng 5 năm 1960, Thủ tướng Quốc vụ viện Trung Quốc Chu Ân Lai sang thăm Việt Nam, Hồ Chủ tịch và đồng chí Chu Ân Lai cùng ra mắt buổi lễ chào mừng.

胡志明与周恩来举杯祝酒。

Hồ Chủ tịch và Thủ tướng Chu Ân Lai cùng nâng cốc.

胡志明在主席府前与周恩来、陈毅及给中国客人献红领巾的少先队员合影。

Hồ Chủ tịch cùng Thủ tướng Chu Ân Lai, Phó Thủ tướng Trần Nghị và các đồng chí trong Đoàn Đại biểu Trung Quốc chụp chung với các *Đội viên Thiếu niên Tiền phong* đến tặng khăn quàng đỏ.

胡志明与周恩来在文艺晚会结束后一起看望演员。

Sau Dạ hội văn nghệ Hồ Chủ tịch và Thủ tướng Chu Ân Lai đã bước lên sân khấu thăm hỏi các diễn viên.

1960 年 6 月，胡志明在河内亲切接见老朋友、中国作家萧三。

Tháng 6 năm 1960 tại Hà Nội, Hồ Chủ tịch đã tiếp thân mật *người bạn cố hữu*, nhà văn Trung Quốc Tiêu Tam.

1960 年 9 月，中国国务院副总理李富春与中央军委常委叶剑英等访越，胡志明与李富春等共同出席河内群众庆祝建国 15 周年大会。

Tháng 9 năm 1960, Phó thủ tướng Quốc Vụ viện Trung Quốc Lý Phú Xuân và đồng chí Diệp Kiếm Anh sang thăm Việt Nam, Hồ Chủ tịch đã cùng đồng chí Lý Phú Xuân ra mắt Đại hội quần chúng Hà Nội Chào mừng 15 năm Quốc khánh Việt Nam.

胡志明邀请李富春等中国客人在住所前池塘钓鱼。

Hồ Chủ tịch cùng đồng chí Lý Phú Xuân và các đồng chí Trung Quốc câu cá bên bờ ao.

1961 年 2 月，胡志明在河内接见中国广东粤剧团并合影。

Tháng 2 năm 1961 tại Hà Nội, Hồ Chủ tịch tiếp và chụp chung với Đoàn Việt kịch tỉnh Quảng Đông Trung Quốc.

胡志明与著名粤剧演员红线女亲切交谈。

Hồ Chủ tịch chuyện trò thân mật với diễn viên Việt kịch nổi tiếng Hồng Tuyến Nữ.

1961 年 2 月，胡志明在河内接见访问越南的韦国清一家并合影。

Tháng 2 năm 1961 tại Hà Nội, Hồ Chủ tịch tiếp và chụp chung với gia đình Vi Quốc Thanh sang thăm Việt Nam.

1961 年 3 月，胡志明在河内接见以邓颖超为团长的中国妇女代表团。

Tháng 3 năm 1961 tại Hà Nội, Hồ Chủ tịch tiếp Đoàn Đại biểu Phụ nữ Trung Quốc do bà Đặng Dĩnh Siêu làm trưởng đoàn.

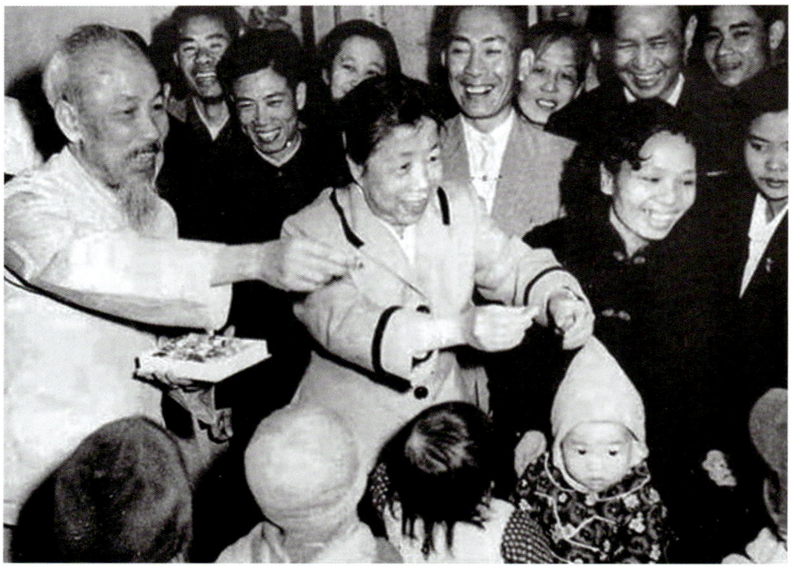

胡志明陪同邓颖超访问幼儿园时给孩子们分发糖果。

Hồ Chủ tịch cùng bà Đặng Sĩnh Siêu thăm Trường Mầm non và chia phát kẹo cho các cháu.

胡志明陪同邓颖超访问越南人民军某单位。

Hồ Chủ tịch đi cùng bà Đặng Sĩnh Siêu thăm đơn vị Quân đội Nhân dân Việt Nam.

1961 年 12 月，叶剑英率领中国军事代表团访越。胡志明与叶剑英热烈拥抱。

Tháng 12 năm 1961, đồng chí Diệp Kiếm Anh dẫn đầu Đoàn Đại biểu Quân sự Trung Quốc đi thăm Việt Nam. Hồ Chủ tịch và đồng chí Diệp Kiếm Anh ôm hôn thắm thiết.

胡志明在河内亲切接见叶剑英及家人。

Hồ Chủ tịch thân mật tiếp đồng chí Diệp Kiếm Anh và những người trong gia đình ngay tại Hà Nội.

1962 年 3 月，胡志明在河内参观中国援越抗美版画作品展后题词。

Tháng 3 năm 1962 tại Hà Nội, sau khi tham quan Triển lãm Tranh khắc gỗ Nhân dân Trung Quốc ủng hộ Cuộc kháng chiến chống Mỹ cứu nước của nhân dân Việt Nam Hồ Chủ tịch đã ghi lời đề

1962 年 6 月，胡志明在河内接见中国乒乓球代表团。

Tháng 6 năm 1962 tại Hà Nội, Hồ Chủ tịch tiếp Đoàn Đại biểu Bóng bàn Trung Quốc.

1962 年 9 月，胡志明在河内与彭真副委员长率领的中国全国人大代表团成员亲切交谈。

Tháng 9 năm 1962 tại Hà Nội, Hồ Chủ tịch chuyện trò thân mật với các thành viên *Đoàn Đại biểu Đại hội đại biểu Nhân dân toàn Trung Quốc* do Phó ủy viên trưởng Bành Chân dẫn đầu.

胡志明陪同彭真观看文艺演出后与演员合影。

Hồ Chủ tịch cùng đồng chí Bành Chân xem chương trình biểu diễn văn nghệ và chụp ảnh chung với các diễn viên.

1962 年 9 月，胡志明在河内会见即将离任的中国驻越南大使何伟。

Tháng 9 năm 1962 tại Hà Nội, Hồ Chủ tịch gặp đồng chí Hà Vĩ, Đại sứ Trung Quốc tại Việt Nam sắp mãn nhiệm về nước.

1962 年 10 月，胡志明在河内与应邀访问越南的中国广西壮族自治区副主席覃应机热烈拥抱。

Tháng 10 năm 1962 tại Hà Nội, Chủ tịch Hồ Chí Minh ôm hôn thắm thiết Phó Chủ tịch Chính quyền Nhân dân Khu tự trị Dân tộc Choang Quảng Tây Đàm Ứng Cơ nhận lời mời sang thăm Việt Nam.

1962 年 12 月，胡志明在河内接见中国青年代表团。

Tháng 12 năm 1962 tại Hà Nội, Chủ tịch Hồ Chí Minh tiếp *Đoàn Đại biểu Thanh niên Trung Quốc*.

1963 年 5 月，中国国家主席刘少奇访问越南，胡志明到机场迎接，彼此热烈拥抱。

Tháng 5 năm 1963, Chủ tịch nước Trung Quốc Lưu Thiếu Kỳ sang thăm Việt Nam, Hồ Chủ tịch ra sân bay đón, hai vị Chủ tịch ôm hôn thắm thiết.

胡志明与刘少奇、陈毅在河内群众欢迎大会主席台上。

Hồ Chủ tịch và Chủ tịch Lưu Thiếu Kỳ cùng có mặt trên Đài Chủ tịch Buổi lễ đón chào của nhân dân thủ đô Hà Nội.

胡志明与刘少奇共同签署联合声明。
Chủ tịch Hồ Chí Minh và Chủ tịch Lưu Thiếu Kỳ cùng ký Bản Tuyên bố chung.

胡志明与刘少奇在主席府花园种树浇水。
Hồ Chủ tịch và Chủ tịch Lưu Thiếu Kỳ cùng trồng cây trong vườn hoa Phủ Chủ tịch.

胡志明陪同刘少奇观看文艺晚会。

Hồ Chủ tịch cùng Chủ tịch Lưu Thiếu Kỳ ra mắt Dạ hội văn nghệ.

刘少奇回国前，胡志明到机场送行。

Hồ Chủ tịch ra sân bay tiễn Chủ tịch Lưu Thiếu Kỳ về nước.

胡志明在机场送行时与陈毅拥抱话别。

Hồ Chủ tịch ra sân bay tiễn và cùng đồng chí Trần Nghị ôm hôn lúc chia tay.

1963 年 8 月，胡志明在河内与应邀访问越南的中国广西靖西、那坡两县 7 位当年帮助过越南革命的边境群众合影。

Tháng 8 năm 1963 tại Hà Nội, Hồ Chủ tịch chụp chung với 7 đại biểu quần chúng 2 huyện Tĩnh Tây và Nà Pha Quảng Tây đã có công giúp đỡ cách mạng Việt Nam năm xưa và nhận lời mời sang thăm Việt Nam.

1964 年 2 月，胡志明在河内观看中国新疆歌舞团演出后与演员亲切交谈。

Tháng 2 năm 1964 tại Hà Nội, sau khi xem biểu diễn của Đoàn ca múa Tân Cương Trung Quốc Hồ Chủ tịch đã thân mật trò chuyện với các diễn viên trong Đoàn.

1964 年 2 月，胡志明与访问越南的中共中央委员会总书记邓小平亲切交谈。
Tháng 2 năm 1964, Chủ tịch Hồ Chí Minh chuyện trò thân mật với Tổng Bí thư Ban chấp hành Trung ương Đảng Cộng sản Trung Quốc Đặng Tiểu Bình đang ở thăm Việt Nam.

1964 年 4 月，胡志明在河内接见中共中央中南局和西南局各省的领导。
Tháng 4 năm 1964 tại Hà Nội, Chủ tịch Hồ Chí Minh tiếp các đồng chí lãnh đạo các tỉnh thuộc Cục Trung Nam và Cục Tây Nam Trung ương Đảng Cộng sản Trung Quốc.

1964年7月，郭沫若率中国保卫世界和平委员会代表团访问越南，胡志明与其亲切交谈。

Tháng 7 năm 1964, đồng chí Quách Mạt Nhược dẫn đầu *Đoàn đại biểu Ủy ban Bảo vệ hòa bình thế giới Trung Quốc* sang thăm Việt Nam, trong ảnh Hồ Chủ tịch đang chuyện trò thân mật với đồng chí Quách Mạt Nhược.

1964年8月，胡志明在河内接见中国援越抗美部队部分支队领导并座谈。

Tháng 8 năm 1964 tại Hà Nội, Chủ tịch Hồ Chí Minh tiếp và tọa đàm với một số đồng chí lãnh đạo chi đội bộ đội Trung Quốc chi viện Việt Nam kháng chiến chống Mỹ cứu nước.

1964年9月，胡志明在河内接见中国广播电视代表团。

Tháng 9 năm 1964 tại Hà Nội, Chủ tịch Hồ Chí Minh tiếp *Đoàn Đại biểu Phát thanh Truyền hình Trung Quốc.*

1964 年 10 月 1 日，胡志明出席中国驻越南大使朱其文举行的国庆招待会。

Ngày 1 tháng 10 năm 1964, Chủ tịch Hồ Chí Minh ra mắt buổi chiêu đãi chào mừng Quốc khánh do Đại sứ Trung Quốc tại Việt Nam Chu Kỳ Văn tổ chức.

1965 年 4 月，胡志明在河内与老朋友韦国清热烈拥抱。

Tháng 4 năm 1965 tại Hà Nội, Hồ Chủ tịch gặp và ôm hôn thắm thiết người bạn thân thiết lâu năm đồng chí Vi Quốc Thanh.

1965 年 4 月，胡志明在河内接见陶铸率领的中国共产党代表团。

Tháng 4 năm 1965 tại Hà Nội, Chủ tịch Hồ Chí Minh tiếp *Đoàn Đại biểu Đảng Cộng sản Trung Quốc* do đồng chí Đào Chú dẫn đầu.

1965 年 7 月，胡志明出席中国大使馆欢迎中国援越工程队招待会。

Tháng 7 năm 1965, Hồ Chủ tịch ra mắt buổi chiêu đãi chào mừng Đội công trình Trung Quốc giúp đỡ Việt Nam do Đại sứ quán Trung Quốc tổ chức.

1965 年 7 月，胡志明在河内接见中国全国总工会代表团及作家巴金、魏巍。

Tháng 7 năm 1965 tại Hà Nội, Hồ Chủ tịch tiếp *Đoàn Đại biểu Tổng Công đoàn toàn Trung Quốc* và nhà văn Ba Kim, Ngụy Nguy.

1965 年 9 月，胡志明在河内接见中国援越工程兵一支队负责人。

Tháng 9 năm 1965 tại Hà Nội, Hồ Chủ tịch gặp gỡ với người phụ trách Chi đội I Bộ đội công trình Trung Quốc giúp đỡ Việt Nam.

1965 年冬，胡志明前往中国援越铁道兵某部驻地视察。

Mùa đông năm 1965, Hồ Chủ tịch đi thị sát nơi trú quân của đơn vị bộ đội đường sắt Trung Quốc giúp đỡ Việt Nam.

胡志明到中国援越铁道兵某部施工现场慰问战士。

Chủ tịch Hồ Chí Minh đến hiện trường thi công một đơn vị bộ đội đường sắt Trung Quốc viện trợ Việt Nam thăm hỏi các chiến sĩ.

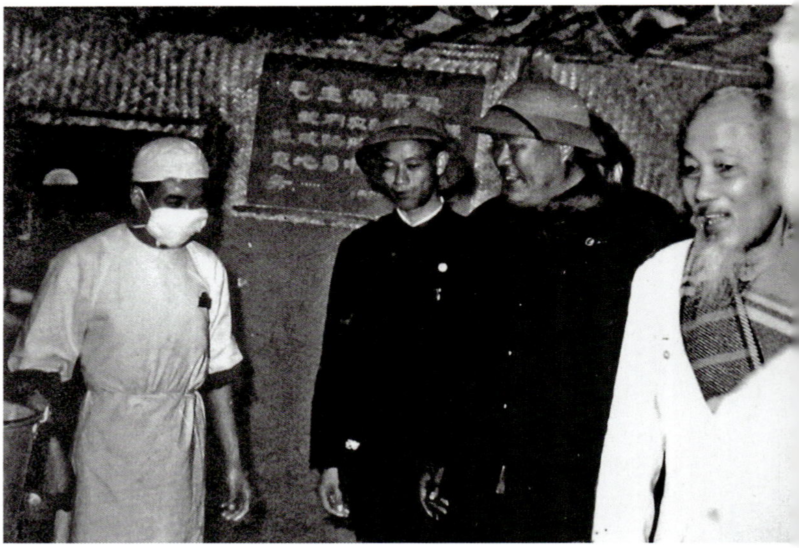

1965 年冬，胡志明看望中国援越铁道兵伤病员。

Mùa đông năm 1965, Chủ tịch Hồ Chí Minh thăm thương bệnh binh bộ đội đường sắt Trung Quốc sang giúp đỡ Việt Nam.

第三部分

胡志明
与中国文化

Phần thứ ba
Hồ Chí Minh với văn hóa
Trung Quốc

概　述

胡志明不仅对中国人民有着深厚的友谊，对中国文化也有很深的感情。他热爱中国文化，了解中国文化，谙熟中国传统文化的精华，擅长用汉文作诗、写文章，给中国人民留下深刻而美好的印象。

胡志明小时候在越南接受过汉学教育，受到中国传统文化的熏陶。他懂中国文字，会讲汉语，能用汉文作诗。据相关资料，胡志明生前共留下汉文诗 172 首。胡志明所写汉文诗，在形式上虽多为格律诗，但并不固守中国古典诗词的传统规范，而是运用自己的文字技巧，直抒胸臆，即兴吟诵，诗句往往脱口而出，明白如话，表现出极其鲜明的通俗化和大众化的特点；而在内容上，则充满积极向上的正能量。无产阶级革命家的革命胆略、革命气概、革命乐观主义精神，藐视一切困难、在困难和挫折中看到希望和光明的坚强信念，热爱祖国、热爱人民、热爱和平、热爱生活的强烈情感，对战友、同事、朋友的赤诚之心，以及革命者对待事物所具有的科学世界观和方法论，在胡志明的汉文诗中都有鲜明的体现。最让中国读者感到特别亲切的是，胡志明所写汉文诗大都和中国相关。胡志明 172 首汉文诗中，有 133 首是 1942—1943 年在中国入狱时写下的。其余 39 首中的 23 首是胡志明在中国进行革命活动以及越南北方解放后访问中国期间写下的，另外几首是胡志明在越南写下赠给中国朋友的。

胡志明不仅会用汉文作诗，也会用汉文写文章。越南独立前，胡志明在中国广州、香港及广西进行革命活动时写下的大量文稿，基本上是用法文和英文写的。迄今发现胡志明用中文写的文章，主要是胡志明于 1940 年 11—12 月在桂林撰写发表在《救亡日报》上的。胡志明 1938 年底到桂林后不久，正好中国共产党领导的《救亡日报》自广州迁到桂林复刊。胡志明非常喜爱这份报纸，几乎每天都要读《救亡日报》。1940 年 11 月中旬至 12 月中旬，胡志明以“平山”为笔名接连用汉文撰写了《天上固昧》、《池蜗与黄牛》、《罗斯福先生的恶作剧》、《两个凡尔赛政府》、《造谣》、《越南人民与中国报纸》、《安南歌谣与中国抗战》、《鱼目混珠》、《“血统” 谈》、《意大利实不大利》、《越南“复国军”还是卖国军》等 11 篇文章，送到《救亡日报》发表。这些文章的共同特点是篇幅短小，语言风趣，观点鲜明，寓意深刻。文章的内容，有的是针对国际反法西斯战争进程及越南国内局势所发表的评论，有的则取材于中国抗日战争和国际反法西斯战争时期的中越关系，介绍了越南民众对中国抗日战争的同情和支持，反映了中越两国悠久而深厚的传统友谊。除这 11 篇文章之外，胡志明还于 1941 年 6 月 6 日在广西靖西县“越盟”办事处写下一篇《告越南同胞书》。胡志明在这篇文章中呼吁越南人民响应越南共产党中央八次会议的号召，团结在刚成立的“越盟阵线”的旗帜下，广泛开展反抗法日的游击战争。当时胡志明用中文和越文分别写出这份文告，在中越边境地区广为散发，起到了很好的宣传和动员群众的作用。胡志明用中文撰写的上述文稿，均收录在越南新版《胡志明全集》中。

由于胡志明懂汉文，他在与中国人民交往的过程中，留下了不少用汉文书写的诗歌、笔记、书信、题词、题字、签名的手迹。胡志明用汉文作的 133 首狱中诗，最先是分散地写在一些纸片上。胡志明在柳州恢复自由后，找来笔记本，将全部诗作逐首抄写，加上编号，汇编成一本诗集，在封面写上“狱中日记”字样。现在，该诗集手稿原件保存于越南革命博物馆。越南方面将胡志明狱中诗手稿影印出版，使我们可以看到胡志明《狱中日记》诗集的全部手迹。胡志明狱中诗之外的汉文诗手迹，目前能够看到的不多，收进本画册的有，胡志明在柳州出狱后写的《新出狱，学登山》，在中国访问时写的《桂林风景》《咏太湖》。胡志明记笔记的手迹，目前能看到的是他在柳州恢复自由后抄写狱中诗的本子上的几页。胡志明在笔记本页面上用汉文写了“读书栏”“读报栏”等标题，在其下用汉文记录了从书报上看到的一些值得记录的内容。胡志明与中国党和国家领导人以及高级干部友谊深厚，情同一家人。胡志明有时会用中文直接给中国领导人和领导干部写信。在这本画册上，我们可以看到胡志明 1957 年 7 月 8 日致毛泽东的信，1957 年 11 月 4 日致邓小平的信，1957 年 12 月 25 日致杨尚昆的信，1958 年 1 月 20 日致刘少奇的信，1967 年和 1968 年 12 月 26 日写给毛泽东主席的生日贺信，以及胡志明 1945 年 12 月 19 日在河内写给入越接受日军投降的中国军队陈修和将军的信，胡志明在越北战场上写给陈赓和广西省委交际处王谭处长的信等。胡志明留下的汉文手迹，主要有 1940 年 9 月在云南昆明写给中国青年方士新的题字，1941 年春在广西靖西巴蒙街风洞岩壁上的题字，越南北方解放后胡志明在越南及中国参观中国建设成就和其他内容的各种展览会、展览馆，以及参观博物馆、陈列馆后在留言本上写下的题词，在中国游览一些风景区后的题字，以及胡志明在送给中国朋友的诗集、笔记本、照片上的题字和亲笔签名，在新春佳节送给中国朋友的贺卡上的亲笔签名，等等。目睹胡志明用汉文写下的各种手迹，我们强烈地感受到胡志明对中国人民的友好感情以及浓浓的中国文化情结。

胡志明一方面懂中文，会用汉文写作，另一方面又十分注意加强对中国文化的学习和积累，即使在狱中也没有停止过学习。在柳州被国民党第四战区政治部拘留的时候，胡志明就找来孙中山关于三民主义的书籍以及《孙子兵法》《千家诗》来阅读，还写下了《看〈千家诗〉有感》一诗，提出了自己对诗歌创作的见解。越南北方解放后，胡志明在中国各地访问的时候，无论在宾馆，还是在火车、飞机上，常常找来中国出版的图书、报纸、杂志进行阅读，从中了解时事新闻，增加文化知识，巩固对中国文化的认知。

胡志明对中国传统文化的精华有很深的了解，熟悉中国古典诗词名句、成语及历史典故，在作诗和写文章的时候，或在一些场合发表讲话的时候，能够吸收借鉴，并熟练地加以运用。胡志明的狱中诗，有不少就借鉴了中国古典诗词名句或历史典故而稍加改造。如狱中诗《清明》，就借鉴了唐代诗人杜牧《清明》一诗，将诗中“路上行人欲断魂”改成“笼里囚人欲断魂”，将“牧童遥指杏花村”改成“卫兵遥指办公门”。胡志明的《又一个》诗，写在狱中看见一名犯人因拒食牢房提供难吃的粥最后被饿死，借用了中国商朝伯夷和叔齐因拒绝吃周朝的饭食而饿死于首阳山的历史典故。《杨涛病重》一诗，胡志明借用中国“城门失火，殃及池鱼”的成语入句，表达了自己连累杨涛入狱而害病的内疚心情。《在越北赠陈赓同志》一诗，胡志明借鉴了中国唐代诗人王翰所写脍炙人口的《凉州词》，将“葡萄美酒夜光杯”成为“香槟美酒夜光杯”，将“古来征战几人回”改成“敌人休放一人回”。这样的借鉴和改造，使胡志明的诗句更为生动、诙谐，读着更觉亲切。胡志明在一些重要的讲话中，也不时借用中国古典诗词名句或成语，略加改造，使自己的讲话更加生动，更富文化内涵。如1962年10月，胡志明在欢送中国全国人大常委会副委员长彭真结束访问回国宴会上的讲话中，托彭真同志代向毛泽东、刘少奇、周恩来、朱德等领导人转致问候，并即席朗诵“北京朋友如相问，一片冰心在玉壶”。这里，胡志明借用了中国唐代诗人王昌龄《芙蓉楼送辛渐》一诗中的“洛阳亲友如相问，一片冰心在玉壶”两句，稍加修改，表达了越南人民与中国人民坚定地站在一起的真实感情。1963年5月，胡志明在欢迎中国国家主席刘少奇访越大会上的讲话借用中国成语“心心相印”讲到“我国人民早就盼望着刘少奇主席来访。今天能够在这里欢迎刘主席，我们感到万分高兴，真是‘心心早相印，今日喜相逢’。”这就使得胡志明的讲话既富于中国传统文化的内涵，又充分体现了他对中国领导人的深厚感情。

胡志明热爱中国文化艺术，不但喜欢观看中国各种形式的文艺表演，喜欢参观各种美术作品展览，也很喜欢唱中国革命歌曲。1963年5月，胡志明在河内陪同刘少奇观看文艺晚会，演出结束时，胡志明和刘少奇一起走上舞台接见演员，胡志明提议全体同志合唱《团结就是力量》，并带头唱起了这首歌曲。胡志明1962年5月19日在广西南宁过72岁生日，广西方面在他下榻的西园饭店礼堂安排了一场文艺演出。演出的最后一个节目是大合唱《胡志明颂》。演唱完毕落幕时，胡志明从座位上站起来说：“我们大家再来唱一首《东方红》好不好？”并亲自指挥唱起了这支歌。1967年4月，胡志明在广东从化温泉治病疗养时，将唱中国革命歌曲作为每天活动的一项内容。他把身边的工作人员叫到一起，组成一个小小的“合唱团”，经常一起练唱革命歌曲，胡志明有时还亲自担任指挥。遇到不熟悉的新歌，他便找来歌本手捧着不时练唱，或对着张贴起来的歌曲和大家一同练唱，有时与工作人员一起到后山散步，小憩时也在山间小路练习唱歌。胡志明下榻的从化温泉“松园一号”，常常回响着胡志明和工作人员的嘹亮歌声……

胡志明对中国文化的了解与热爱，为胡志明提炼出来的“越中情谊深，同志加兄弟”这个名句赋予了更加丰富的内涵，也使胡志明成为中国人民最亲密的朋友。

Sơ lược

Hồ Chí Minh không chỉ giữ mối tình hữu nghị sâu nặng với nhân dân Trung Quốc mà đối với văn hóa Trung Hoa Người cũng mang tình cảm rất thâm hậu. Người yêu thích văn hóa Trung Quốc, am hiểu văn hóa Trung Quốc và càng tinh thông những tinh túy trong văn hóa truyền thống Trung Hoa. Người giỏi dùng chữ Hán làm thơ, viết văn, để lại những ký ức tốt đẹp và sâu sắc cho người dân Trung Quốc.

Từ buổi thiếu thời Hồ Chí Minh đã tiếp nhận giáo dục Hán học, nhuần nhuyễn văn hóa truyền thống Trung Quốc. Người hiểu chữ Trung Quốc, nói được tiếng Hán, có thể dùng chữ Hán để làm thơ. Theo các tư liệu hữu quan, lúc sinh thời Người đã sáng tác và để lại 172 bài thơ chữ Hán. Thơ chữ Hán của Người về hình thức là dạng thơ luật, nhưng lại không câu nệ những quy phạm truyền thống trong thơ từ cổ Trung Quốc mà thường áp dụng những kỹ xảo ngôn ngữ của mình để trực tiếp bày tỏ, tùy hứng ngâm đọc, câu thơ thường buột miệng mà ra, trong sáng trực tiếp, thể hiện rõ nét sự thông tục hóa và đại chúng hóa; về mặt nội dung thì thể hiện nét tích cực không ngừng vươn lên đem lại sự khích lệ cho người đọc. Lòng can đảm và trí tuệ của nhà cách mạng vô sản, khí phách cách mạng, tinh thần lạc quan cách mạng, coi thường mọi gian khó, trong buổi gian truân và lúc thoái trào vẫn thấy được niềm hy vọng mà giữ vững lòng tin, tình yêu mãnh liệt đối với Tổ quốc và nhân dân, yêu hòa bình, yêu cuộc sống cũng như tấm lòng chân thành vô tư đối với bạn chiến đấu, bạn đồng sự và bè bạn cùng với thế giới quan và phép biện chứng khoa học của một người cách mạng đã được thể hiện một cách tươi mới rõ nét trong những bài thơ chữ Hán của Hồ Chủ tịch. Và khiến bạn đọc Trung Quốc cảm thấy đặc biệt gần gũi là vì những bài thơ chữ Hán của Người đa phần có liên quan tới Trung Quốc. Trong 172 bài thơ văn chữ Hán của Bác thì 133 bài được sáng tác năm 1942 – 1943 trong thời gian bị cầm tù tại Trung Quốc. Trong 39 bài còn lại thì có 23 bài là Bác sáng tác khi hoạt động cách mạng ở Trung Quốc cũng như sau ngày miền Bắc Việt Nam giải phóng Bác đến thăm Trung Quốc, số bài còn lại là Bác viết ở Việt Nam tặng cho bạn bè Trung Quốc.

Hồ Chí Minh không chỉ giỏi về thơ chữ Hán mà Người còn dùng chữ Hán để viết bài. Trước ngày Việt Nam giành được độc lập, khi hoạt động cách mạng tại Quảng Châu, Hồng Kông và Quảng Tây Người đã có nhiều bài viết, số này đa phần là những bài viết bằng tiếng Pháp và tiếng Anh. Sưu tập phát hiện bài viết bằng tiếng Trung của Người chủ yếu là những bài được đăng trên "Cứu vong Nhật báo" ở Quế Lâm vào tháng 11 – 12 năm 1940. Cuối năm 1938 không lâu sau khi Người đến Quế Lâm, cũng đúng lúc tờ "Cứu vong Nhật báo" do Đảng Cộng sản lãnh đạo từ Quảng Châu dọn tới Quế Lâm và phục hồi xuất bản. Hồ Chí Minh rất thích tờ báo này, hầu như hôm nào cũng phải đọc "Cứu vong Nhật báo". Từ trung tuần tháng 11 đến trung tuần tháng 12 năm 1940, với bút danh "Bình Sơn" Người đã dùng chữ Hán liên tiếp viết 11 bài gồm *"Ôông - Trôi – Co - Mat"*, *"Chú ếch và con bò"*, *"Trò đùa dai của ngài Rudơven"* , *"Hai chính phủ Versailles"*, *"Bịa đặt"*, *"Nhân dân Việt Nam với báo chí Trung Quốc"*, *"Ca dao An Nam với cuộc kháng chiến của Trung Quốc"*, *"Mắt cá đánh lận ngọc trai"*, *"Bàn về 'Huyết thống'"*, *"*Ý-đại-lợi thực bất đại lợi", "Việt Nam "phục quốc quân" hay là "mại quốc *quân"* gửi tới tòa soạn "Cứu vong Nhật báo" để phát biểu. Đặc điểm chung của những bài viết này là ngắn gọn, văn phong dí dỏm, quan điểm tươi mới rõ nét, hàm ý sâu sắc. Nội dung bài viết liên quan tới bình luận về tiến trình cuộc đấu tranh chống phát-xít trên trường quốc tế cũng như tình hình thời cuộc trong nước Việt Nam, có những bài lấy đề tài từ cuộc kháng chiến chống Nhật tại Trung Quốc và mối quan hệ Trung-Việt trong thời kỳ chiến tranh chống phát-xít thế giới, phản ánh mối tình hữu nghị truyền thống lâu dài sâu nặng giữa hai nước Trung-Việt. Ngoài 11 bài viết trên, ngày 6 tháng 6 năm 1941, tại Văn phòng Việt Minh đặt tại huyện Tĩnh Tây Quảng Tây Hồ Chí Minh còn viết bức "Thư gửi đồng bào Việt Nam". Bức thư này được viết trong bối cảnh Hội nghị Trung ương 8 Đảng Cộng sản Đông Dương họp tại Pác Bó tháng 5 năm 1941, bức thư đã hô hào nhân dân Việt Nam hưởng ứng lời kêu gọi của Hội nghị Trung ương Đảng, đoàn kết dưới ngọn cờ của "Mặt trận Việt Minh" mới thành lập, triển khai rộng rãi cuộc chiến tranh du kích chống Pháp chống Nhật. Lúc bấy giờ bài viết được Hồ Chí Minh viết bằng tiếng Trung và tiếng Việt và được phân phát rộng rãi tại vùng biên giới Trung-Việt, phát huy rất tốt tác dụng tuyên truyền động viên quần chúng. Những bài viết bằng Trung văn kể trên của Người đều được sưu tập vào "Hồ Chí Minh toàn tập" mới xuất bản tại Việt Nam.

Do nắm biết chữ Hán mà trong quá trình giao tiếp với nhân dân Trung Quốc Hồ Chí Minh đã để lại không ít bút tích thơ ca, bút ký, thư từ, lời đề và ký tên bằng chữ Hán. 133 bài thơ chữ Hán viết trong ngục tù lúc ban đầu được viết trên những mảnh giấy báo. Sau khi được trả lại tự do tại Liễu Châu Người mới tìm cuốn sổ ghi chép lại toàn bộ những bài thơ này, thêm vào số thứ tự và soạn thành một tập thơ, trên trang bìa viết tiêu đề "Ngục trung nhật ký" (Nhật ký trong tù). Giờ đây nguyên bản tập thơ viết tay này được lưu trữ bảo tồn tại Bảo tàng Cách mạng Việt Nam. Việt Nam đã in ấn xuất bản bản chụp toàn bộ bút tích Tập thơ *Nhật ký trong tù* để bạn đọc được chiêm ngưỡng bút tích của Bác. Ngoài Tập thơ *Nhật ký trong tù* ra, hiện còn chưa phát hiện nhiều bút tích thơ chữ Hán khác của Bác, những bài thơ được sưu tập vào cuốn sách ảnh này là bài *"Mới ra tù, tập leo núi"* Bác viết tại Liễu Châu sau khi ra tù, và hai bài *"Phong cảnh Quế Lâm"*, *"Vịnh Thái Hồ"* Bác viết trong thời gian ở thăm Trung Quốc. Bút tích phần ghi chép của Hồ Chủ tịch nay được phát hiện trên ít trang trong sổ ghi của Tập *Nhật ký trong tù* mà Người chép lại sau ngày được trả lại tự do ở Liễu Châu. Trong cuốn sổ ghi này Bác đã dùng chữ Hán viết hai tiêu đề là *"Mục đọc sách"* và *"Mục đọc báo"*, bên dưới Người đã dùng chữ Hán ghi lại những nội dung được cho là đáng để ghi chép lại. Hồ Chủ tịch giữ tình hữu nghị sâu đượm với lãnh đạo Đảng và Nhà nước cũng như nhiều cán bộ cấp cao Trung Quốc, tình cảm đó thân thương gắn bó như với người thân trong gia đình vậy. Trong tập sách ảnh này chúng ta có thể thấy Bức thư của Hồ Chủ tịch gửi Mao Chủ tịch ngày 8 tháng 7 năm 1957, bức thư Người gửi đồng chí Đặng Tiểu Bình ngày 4 tháng 11 năm 1957, thư Người gửi đồng chí Dương Thượng Côn ngày 25 tháng 12 năm 1957, Thư gửi đồng chí Lưu Thiếu Kỳ ngày 20 tháng 1 năm 1958, Thư mừng sinh nhật Chủ tịch Mao Trạch Đông ngày 26 tháng 12 năm 1967 và 1968, cùng với bức thư gửi tướng Trần Tu Hòa trong quân đội Trung Quốc vào Việt Nam tiếp nhận sự đầu hàng của quân đội Nhật, thư Người gửi đồng chí Trần Canh ở chiến trường Việt Bắc và thư gửi đồng chí Vương Đàm, Trưởng ban Giao tế Tỉnh ủy Quảng Tây v.v... Dữ liệu bút tích chữ Hán mà Bác để lại chủ yếu bao gồm lời đề tại Côn Minh tỉnh Vân Nam vào tháng 9 năm 1940 cho người thanh niên Trung Quốc Phương Sĩ Tân, bút tích trên vách đá hang Vu Phong Pà Mông Tĩnh Tây Quảng Tây vào mùa xuân năm 1941, lời đề bằng chữ Hán viết trong sổ lưu ngôn các cuộc Triển lãm thành tựu xây dựng của Trung Quốc, và các hoạt động triển lãm, tham quan nhà bảo tàng, nhà trưng bày hay lời đề sau khi du ngoạn các danh lam tại Trung Quốc cùng với lời đề và ký tên trên các Tập thơ, sổ ghi, ảnh chụp tặng các bạn Trung Quốc, bút tích ký tên của Người trên thiếp mừng năm mới tặng cho các bạn Trung Quốc thời kỳ sau ngày miền Bắc giải phóng v.v... Tiếp xúc với bút tích của Hồ Chủ tịch với các hình thức khác nhau chúng ta càng cảm nhận đầy đủ tình hữu nghị của Người với nhân dân Trung Quốc cũng như tình cảm đượm đà của Người đối với văn hóa Trung Quốc.

Một mặt Hồ Chí Minh nắm biết tiếng Trung và có thể dùng chữ Hán để viết văn làm thơ, mặt khác lại hết sức chú ý tăng cường học hỏi và tích lũy kiến thức văn hóa Trung Quốc, cho dù là trong điều kiện ngục tù Người vẫn không ngừng học hỏi. Trong thời gian bị giam cầm trong trại giam Bộ Chính trị Đệ tứ chiến khu của Quốc dân đảng ở Liễu Châu, Hồ Chí Minh đã tìm đọc các sách về Chủ nghĩa Tam dân của ông Tôn Trung Sơn và "Tôn Tử binh pháp", "Thiên gia thi", đồng thời còn viết bài thơ "Cảm tưởng đọc *Thiên gia thi*", nêu ra những nhìn nhận của mình đối với sáng tác thơ ca. Sau ngày miền Bắc giải phóng, trong những chuyến đi thăm các địa phương Trung Quốc, bất kể là ở khách sạn, nhà ga, trên máy bay, Người cũng thường tìm sách báo tạp chí Trung Quốc xuất bản để xem đọc. Qua đó mà tìm hiểu thông tin thời sự, tăng thêm kiến thức văn hóa, củng cố nhận thức của mình đối với văn hóa Trung Quốc.

Hồ Chí Minh có sự hiểu biết sâu sắc đối với tinh hoa văn hóa truyền thống Trung Quốc, Người rất thuộc những câu thơ từ cổ điển nổi tiếng, các thành ngữ và điển tích lịch sử, vì vậy mà trong khi sáng tác thơ ca hay viết bài cũng như trong một số các trường hợp phát biểu nói chuyện Người đã tiếp thụ và vận dụng một cách nhuần nhuyễn. Trong những bài thơ trong tù của Người không ít đã mượn những danh ngôn trong thơ từ cổ điển hoặc điển tích lịch sử Trung Quốc và được sửa lại đôi chút. Thí dụ như bài thơ *"Thanh minh"* trong *"Nhật ký trong tù"* đã mượn bài thơ *"Thanh minh"* cùng tên của nhà thơ thời Đường Đỗ Mục với câu thơ Đường *"Lộ thượng hành nhân dục đoạn hồn"* sửa thành *"Tù nhân nghe thấm nỗi buồn xót xa"* , câu *"Mục đồng dao chỉ Hạnh Hoa Thôn"* sửa thành là *"Lính canh trỏ lối thẳng ra công đường"*. Bài thơ *"Lại một người nữa..."* viết về trong tù chứng kiến chuyện một tù nhân bởi từ chối ăn thứ cháo rất khó ăn trong nhà tù mà rốt cuộc bị đói chết, đã mượn điển tích lịch sử hai nhân vật Bá Di và Thúc Tề của nhà Thương cự tuyệt ăn cơm gạo của nhà Chu mà chết tại Thủ Dương Sơn. Trong bài thơ *"Dương Đào ốm nặng"* Hồ Chí Minh đã mượn câu thành ngữ Trung Quốc *"Cháy thành lây vạ"* để bày tỏ nỗi lòng áy náy vì mình mà liên lụy khiến Dương Đào phải vào tù và nhiễm bệnh. Trong bài thơ *"Tặng đồng chí Trần Canh tại Việt Bắc"* Hồ Chí Minh đã mượn bài thơ nổi tiếng đời Đường *"Lương Châu từ"* của Vương Hãn, dùng câu *"Bồ đề mỹ tửu dạ quang bôi"* sửa lại thành *"Rượu ngọt sâm banh lấp lánh ly"* và câu *"Cổ lai chinh chiến kỉ nhân hồi"* sửa lại thành *"Không tha quân địch một tên về"*.

Cách thức vay mượn và sửa đổi như vậy làm cho những câu thơ của Bác càng thêm sinh động, dí dỏm, khiến cho người đọc cảm thấy gần gũi thân thiết. Trong một số bài nói chuyện quan trọng của mình Hồ Chí Minh cũng thường mượn những câu danh ngôn, thành ngữ trong thơ từ cổ điển Trung Quốc và qua sự sửa đổi nho nhỏ khiến cho cả bài nói chuyện càng thêm sinh động, càng đượm đà nội hàm văn hóa.Như tháng 10 năm 1962, khi phát biểu nói chuyện tại buổi tiệc tiễn chân đồng chí Bành Chân Phó Ủy viên trưởng Ủy ban thường vụ Đại hội Đại biểu toàn quốc Nhân dân Trung Quốc kết thúc chuyến thăm Việt Nam lên đường về nước, Hồ Chủ tịch đã nhờ đồng chí Bành Chân chuyển lời hỏi thăm tới các đồng chí lãnh đạo Trung Quốc Mao Trạch Đông, Lưu Thiếu Kỳ, Chu Ân Lai, Chu Đức và tùy hứng đọc câu thơ: *"Bắc Kinh thân hữu như tương vấn, Nhất phiến băng tâm tại ngọc hồ."* (Nghĩa là: *Bạn thân Bắc Kinh nếu có lời hỏi thăm, (thì thưa hộ rằng tôi) vẫn giữ một tấm lòng trong trắng như băng trong bình ngọc*). Ở đây, Bác Hồ đã khéo léo mượn hai câu thơ *"Lạc Dương thân hữu như tương vấn, Nhất phiến băng tâm tại ngọc hồ"* của nhà thơ thời Đường Trung Quốc Vương Xương Linh trong bài thơ *"Phù Dung Lâu tiễn Tân Tiện"* và hơi sửa lại đôi chút để bày tình cảm chân thành nhân dân Việt Nam kiên định đứng về phía nhân dân Trung Quốc. Tháng 5 năm 1963, tại Đại hội chào mừng Chủ tịch nước Trung Quốc Lưu Thiếu Kỳ sang thăm Việt Nam, Hồ Chủ tịch đã dùng thành ngữ Trung Quốc: *Tâm tâm tương ấn* và phát biểu rằng: "Từ lâu, nhân dân chúng tôi mong đợi Lưu Chủ tịch sang thăm Việt Nam. Hôm nay được đón tiếp đồng chí Chủ tịch và các đồng chí, lòng chúng tôi vô cùng sung sướng. Thật là: *Đến bây giờ mới thấy đây, Mà lòng đã chắc những ngày một hai*". Thực sự là bài phát biểu của Người vừa dồi dào nội hàm văn hóa Trung Quốc lại thể hiện đầy đủ tình cảm sâu nặng của Người với các đồng chí lãnh đạo Trung Quốc.

Hồ Chủ tịch yêu thích văn hóa nghệ thuật Trung Quốc, Người không chỉ thích xem những chương trình biểu diễn nghệ thuật Trung Quốc với các hình thức khác nhau, thích xem các loại hình triển lãm mỹ thuật và cũng rất thích hát những ca khúc cách mạng Trung Quốc. Tháng 5 năm 1963, khi cùng Chủ tịch Lưu Thiếu Kỳ thưởng thức dạ hội văn nghệ tại Hà Nội, khi buổi diễn kết thúc, Hồ Chủ tịch và đồng chí Lưu Thiếu Kỳ đã cùng bước lên sân khấu gặp gỡ các diễn viên, Bác đề nghị mọi người cùng hợp ca bài hát *"Đoàn kết là sức mạnh"* và đã cất giọng dẫn hát. Ngày 19 tháng 5 năm 1962 đúng vào sinh nhật 72 tuổi của Bác, tại Lễ đường Khách sạn Tây Viên Nam Ninh nơi Người nghỉ chân đã tổ chức buổi biểu diễn văn nghệ mừng sinh nhật của Người. Tiết mục cuối cùng của buổi diễn là Đại hợp xướng *"Ngợi ca Hồ Chí Minh"*. Sau khi kết thúc bài hát và chuẩn bị hạ màn thì Bác đứng dậy và nói: "Chúng ta cùng hát bài 'Đông phương hồng' nhé!" Và Người đã chỉ huy cho mọi người cùng hát bài hát này. Tháng 4 năm 1967, khi chữa bệnh và điều dưỡng tại suối nóng Tùng Hóa tỉnh Quảng Đông Người đã coi hát ca khúc cách mạng Trung Quốc là nội dung cần có mỗi ngày. Người đã gọi các nhân viên công tác ngồi lại, tổ thành "đoàn hợp xướng" nho nhỏ, thường xuyên tập hát những ca khúc cách mạng, đôi lúc Bác còn đích thân chỉ huy mọi người cùng hát. Gặp những bài hát mà mình chưa quen thuộc Người đã tìm lời và nhạc bài hát và thường xuyên ngâm nga tập rèn hoặc là dán tờ rơi bài hát để mọi người cùng tập hát. Cũng có lần khi tản bộ trong khu rừng và lúc nghỉ chân trên những con đường mòn là Bác lại cùng các nhân viên công tác tập hát. Khu nhà nghỉ "Số I Tùng viên" suối nóng Tùng Hóa nơi Bác nghỉ luôn vang vọng tiếng hát của Người cùng các nhân viên công tác...

Chính am hiểu và yêu thích văn hóa Trung Quốc đã giúp cho Bác có thể đúc kết ra câu danh ngôn "Mối tình thắm thiết Việt-Hoa, Vừa là đồng chí vừa là anh em" có nội hàm cực kỳ phong phú, và để Người trở thành người bạn thân thiết nhất của nhân dân Trung Quốc.

1 胡志明汉文诗文作品图录

Mục lục tác phẩm thơ văn chữ Hán của Hồ Chí Minh

1942 年 8 月至 1943 年 9 月，胡志明在广西各地狱中共作有汉文诗 133 首。胡志明将其抄录在本子上，共计 53 页。以下选录 13 页共 35 首胡志明狱中诗手迹。

Từ tháng 8 năm 1942 đến tháng 9 năm 1943, qua các nhà tù ở nhiều địa phương Quảng Tây Hồ Chí Minh đã viết 133 bài thơ và chép lại trong cuốn sổ *Nhật ký*, gồm 53 trang. Đây là bút tích của 35 bài thơ được chọn trong 13 trang trong đó.

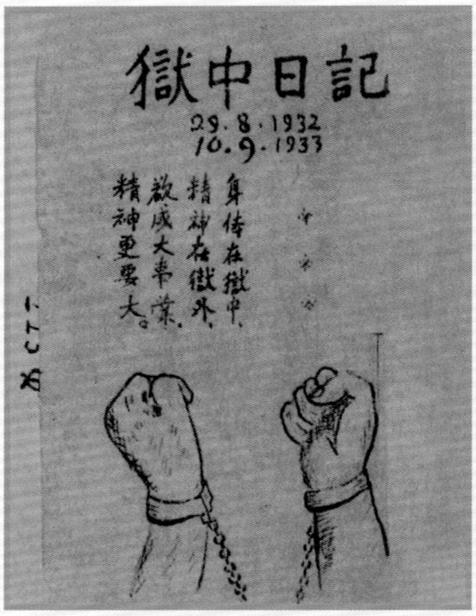
獄中日記
29.8.1932
10.9.1933
身体在獄中，
精神在獄外，
欲成大事業，
精神更要大。

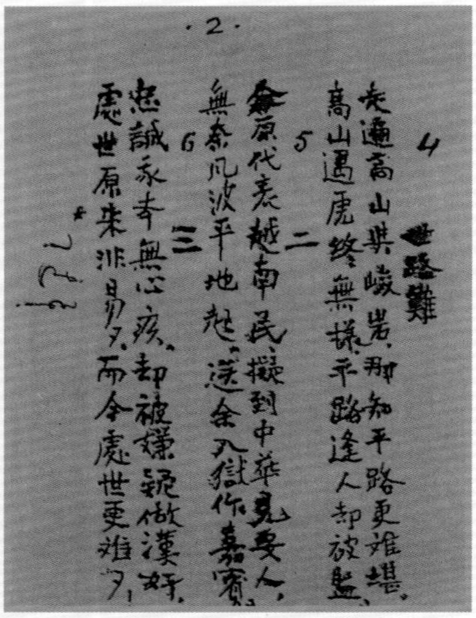
·2·
4 世路難
一
走遍高山與峻岩，那知平路更難堪。
高山遇虎終無恙，平路逢人却被監。
5 二
余原代表越南民，擬到中華見要人，
無奈風波平地起，送余入獄作嘉賓。
6 三
忠誠永本無心疚，却被嫌疑做漢奸，
處世原來非易易，而今處世更難難。

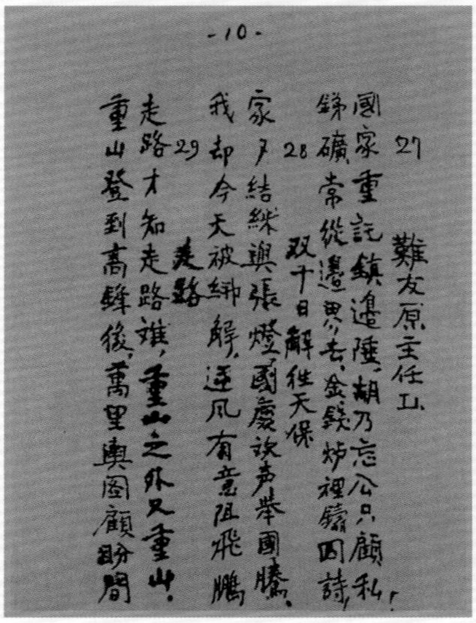
-10-
27 難友原主任工
國家重託鎮邊陲，胡乃忘公只顧私，
錦礦常從邊界去，金銖炒裡歸囚詩，
28 雙十日解往天保
家家結綵與張燈，國慶歌声舉國騰，
我却今天被綁解，逆風有意阻飛鵬。
29 走路
走路才知走路難，重山之外又重山。
重山登到高峰後，萬里與圖顧盼間

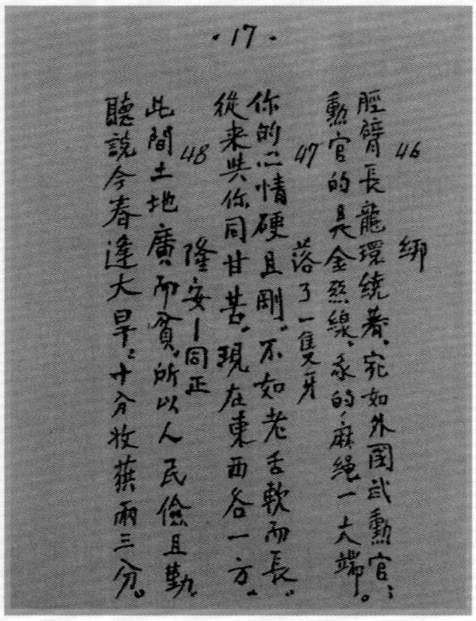
·17·
46 綁
臂膊長龍環繞着，宛如外國武勳官；
勳官的是金絲線，我的麻繩一大端。
47 落了一隻牙
你的心情硬且剛，不如老舌軟而長。
從来共你同甘苦，現在東西各一方。
48 隆安—同正
此間土地廣而貧，所以人民儉且勤，
聽說今春逢大旱，十分收穫兩三分。

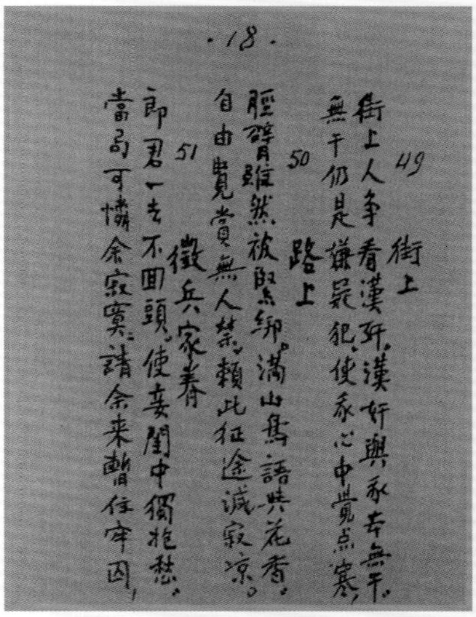
-18-

49 街上
街上人争看漢奸，漢奸與我本無干，
無干仍是嫌疑犯，使我心中覺点寒。

50 路上
腿脚雖然被縛綁，滿山鳥語與花香，
自由覺賞無人禁，頼此征途減寂凉。

51 徵兵家眷
郎君一去不回頭，使妾閨中獨抱愁，
當局可憐余寂寞，請余来暫住牢囚。

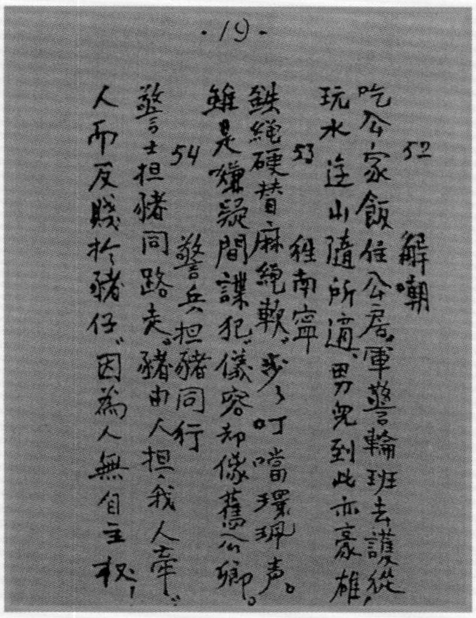
-19-

52 解嘲
吃公家飯住公房，軍警輪班去護從，
玩水遊山隨所適，男兒到此亦豪雄。

53 往南寧
鉄繩硬替麻繩軟，步步叮噹環珮声，
雖是嫌疑間諜犯，儀容却像舊公卿。

54 警兵担豬同行
警兵担豬同路走，豬由人担我人牽，
人而反賤於豬仔，因為人無自主權。

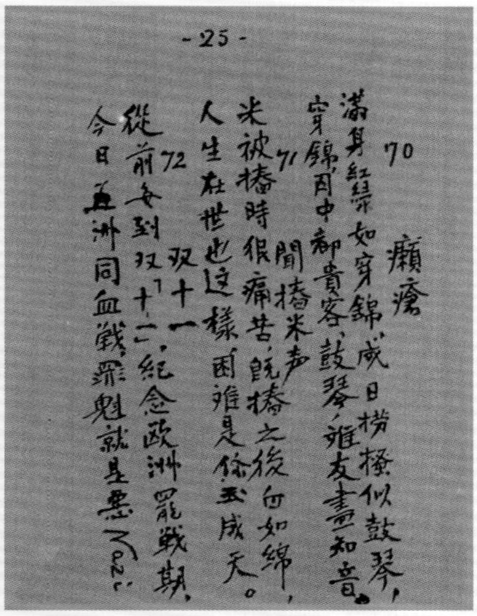
-25-

70 癩瘡
滿身紅綠如穿錦，成日撈搔似鼓琴，
穿錦囚中都貴客，鼓琴難友盡知音。

71 聞舂米声
米被舂時很痛苦，既舂之後白如綿，
人生在世也這樣，困難是你玉成天。

72 双十一
從前每到双十二，紀念歐洲罷戰期，
今日五洲同血戰，罪魁就是惡乃希。

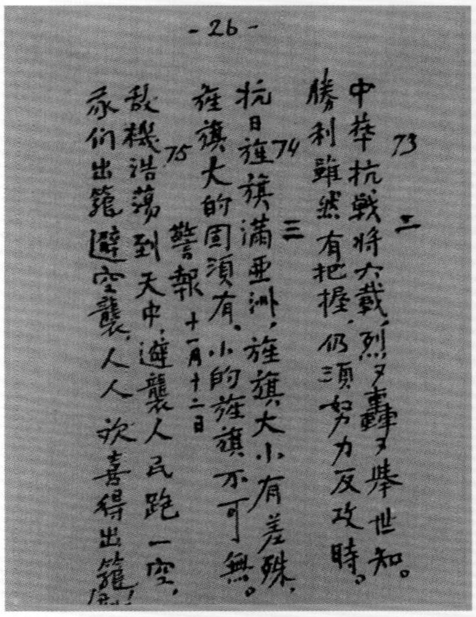
-26-

73 二
中華抗戰将六載，烈烈轟轟举世知，
勝利雖然有把握，仍須努力反攻時。

74 三
抗日旗旗滿亜洲，旗旗大小有差殊，
旗旗大的固須有，小的旗旗不可無。

75 警報 十一月十二日
敌機浩蕩到天中，避襲人民跑一空，
我們出籠避空襲，人人欢喜得出籠。

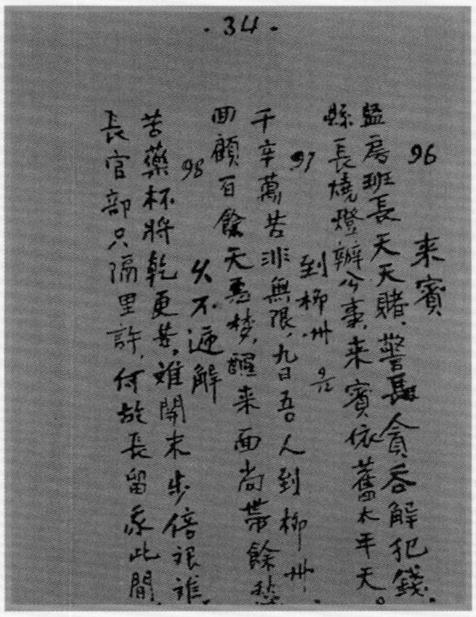
-34-

96 来賓
監房班長天天賭，警長貪呑解犯錢，
縣長燒燈辦公事，来賓依舊太平天。

97 到柳州
千辛萬苦非無限，九日吾人到柳州，
回顧百餘天恶梦，醒来而尚带餘愁。

98 久不遞解
苦藥杯将乾更苦，難關末步倍艱難，
長官部只隔里許，何故長留我此間。

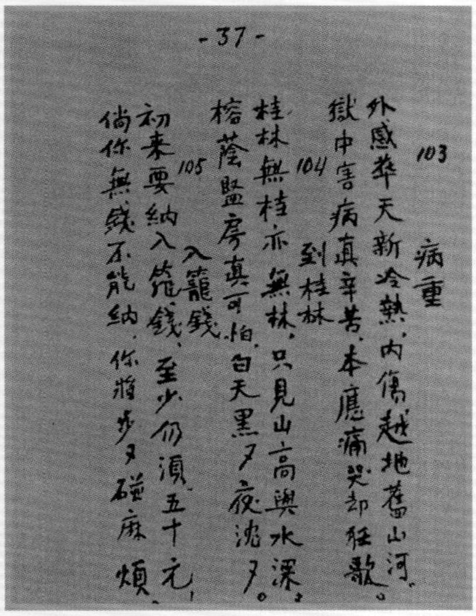
-37-

103 病重
外感本天新冷熱，内傷越地舊山河，
獄中害病真辛苦，本應痛哭却狂歌。

104 到桂林
桂林無桂亦無林，只見山高與水深，
榕蔭監房真可怕，白天黑黑夜沈沈。

105 入籠錢
初来要納入籠錢，至少仍須五十元，
倘你無錢不能納，你将步步碰麻煩。

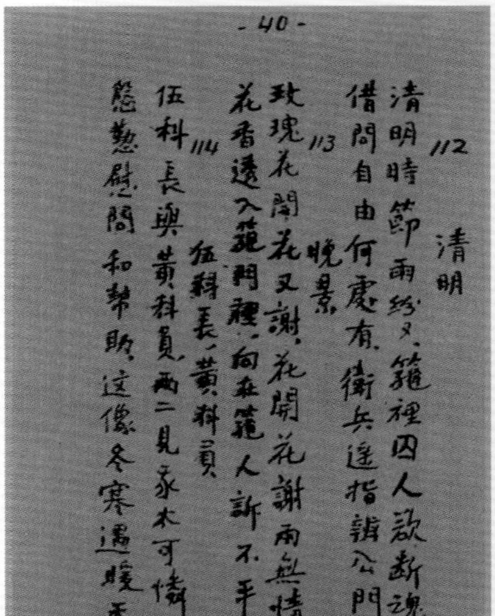
-40-

112 清明
清明時節雨紛紛，籠裡囚人欲断魂，
借問自由何處有，衛兵遥指辦公門。

113 晚景
玫瑰花開花又謝，花開花謝兩無情，
花香透入籠門裡，向在籠人訴不平。

114 伍科長與黄科員
伍科長與黄科員，兩人見我本可憐，
慇懃慰問和幇助，這像冬寒遇暖天。

47

續53頁

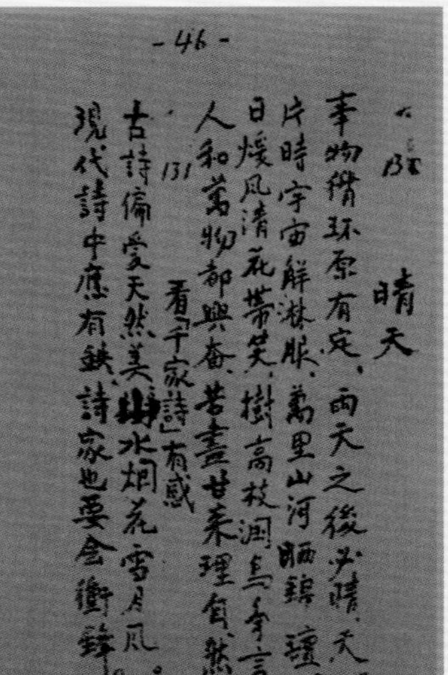
-46-

130 晴天
事物循环原有定，雨天之後必晴天，
片時宇宙解濕服，萬里山河曬錦氊，
日煖風清花帶笑，樹高枝潤鳥争言，
人和萬物都興奮，苦盡甘來理自然。

131 看千家詩有感
古詩偏愛天然美，山水烟花雪月風，
現代詩中應有鉄，詩家也要会衝鋒。

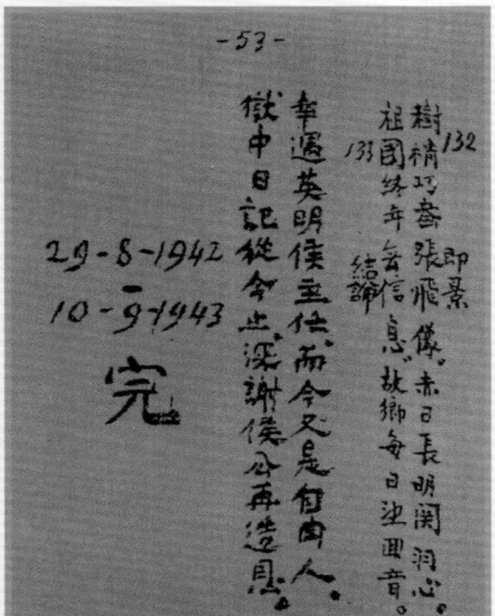
-53-

132 即景
樹積巧畫張飛像，赤日長明關羽心，
133 祖國經年無信息，故鄉每日望回音。

結論
幸遇英明侯主任，而今又是自由人，
獄中日記從今止，深謝侯公再造恩。

29-8-1942
10-9-1943
完

胡志明所作狱中诗之外的汉文诗，目前发现的有 39 首。这里共选录其中 21 首，其中有两首是其亲笔手书。

Đây là những bài thơ chữ Hán ngoài *"Nhật ký trong tù"* của Hồ Chủ tịch, hiện nay đã phát hiện 39 bài thơ. Trong số 21 bài thơ chọn lọc tại đây có 2 bài thơ là bút tích của Người.

在南宁赠陈赓同志

当年遇君一青年，
如今统兵握帅权。
雄兵百万悉听令，
捍卫革命固滇边。

过长沙

长沙过去是沙场，
一块楼台一点伤。
中国而今已解放，
长沙此后免桑苍。

登山

携杖登山观阵地，
万重山拥万重云。
义军壮气吞牛斗，
誓灭豺狼侵略军。

离北京

冀北天心悬皓月，
心随皓月共悠悠。
皓月谁分为两半，
半随旧友半征夫。

午过迁江

到迁江，说迁江，
迁江两岸满春霜。
千辆敌车成黑烬，
红军直到镇南关。

在越北赠陈赓同志

香槟美酒夜光杯，
欲饮琵琶马上催。
醉卧沙场君莫笑，
敌人休放一人回。

过湖北

我去田间都白雪，
我来田麦已青青。
明天机械替木械，
亿兆农家乐太平。

近龙州

远隔龙州三十里，
已闻炮响与机声。
越南民众真英勇，
抗战必胜建国必成。

探韦国清同志未遇

百里寻君未遇君，
马蹄踏碎岭头云。
归来偶过山梅树，
每朵黄花一点春。

望天山

遥望天山风景好，
紫霞白雪抱青山。
朝阳初出赤如火，
万道红光照世间。

咏万里长城

听说长城万里长，
头连东海尾西疆。
几千百万劳动者，
建筑斯城镇一方。

访曲阜

五月十九访曲阜，
古松古庙两依稀。
孔家势力今何在，
只剩斜阳照古碑。

黄山日记

黄山社员多种茶，
茶叶润泽香味多。
东西南北游山客，
饮杯山茶听山歌。

黄山风景非常好，
一天下雨五天晴。
朝随新客送老客，
夜听泉声和鸟声。

安徽自古多豪杰，
谁比英雄新四军。
党军到处除强暴，
从此工人做主人。

黄山小孩真乖乖，
见我就问伯伯好。
颊如苹果嘴如花，
对我感情真浓厚。

董公赠我以长诗，
我欲作诗奉和之。
可是抗美救国事，
完全占领我心思。

地方同志太客气，
对我们无微不至。
几乎天天去参观，
晚晚请我们看戏。

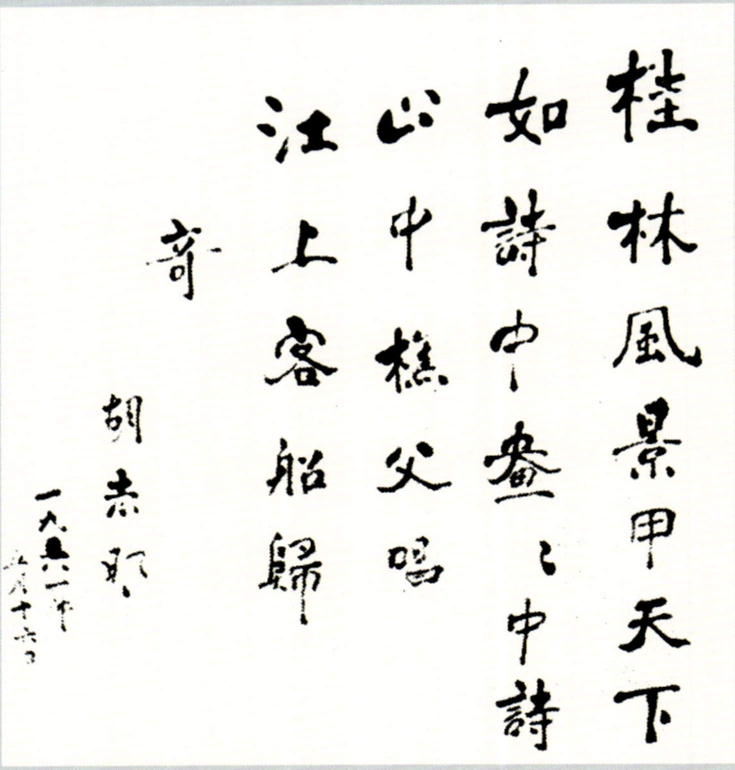

寄毛泽东主席

欣闻你畅游长江，
群众欢呼你健康。
我在越南忙抗美，
遥祝你万寿无疆。

1961 年 5 月，胡志明在桂林作的汉文诗《漓江风景》手迹。

Bút tích thơ chữ Hán *"Phong cảnh Quế Lâm"* của Chủ tịch Hồ Chí Minh viết tháng 5 năm 1961 tại Quế Lâm.

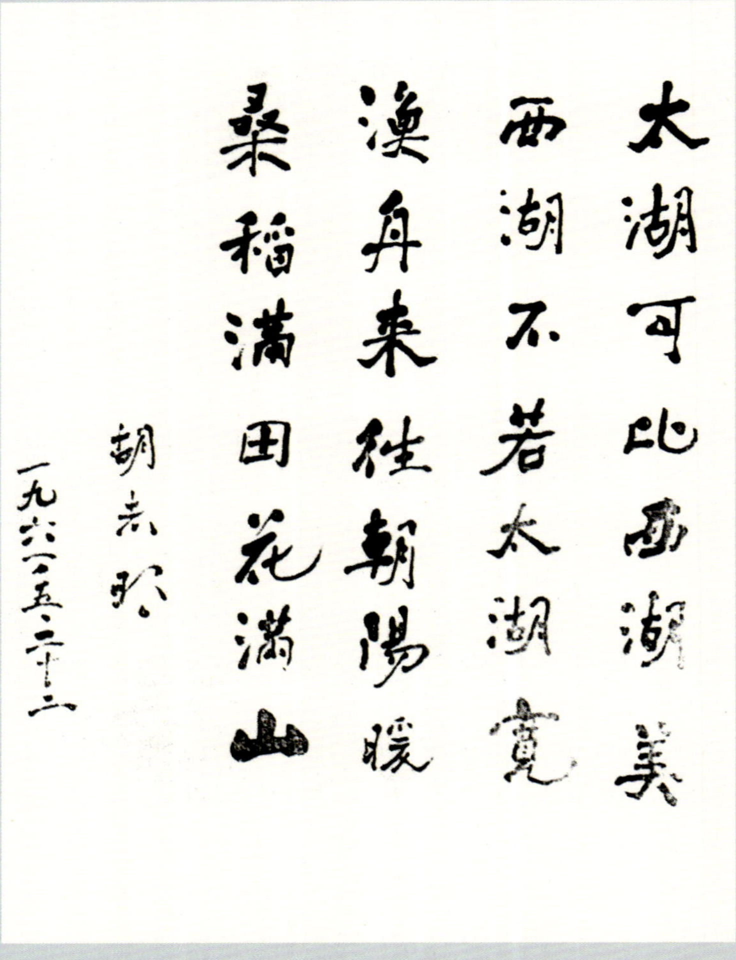

1961 年 5 月，胡志明在江苏无锡作的汉文诗《咏太湖》手迹。

Bút tích bài thơ chữ Hán *"Vịnh Thái Hồ"* của Chủ tịch Hồ Chí Minh viết tháng 5 năm 1961 tại Vô Tích tỉnh Giang Tô Trung Quốc.

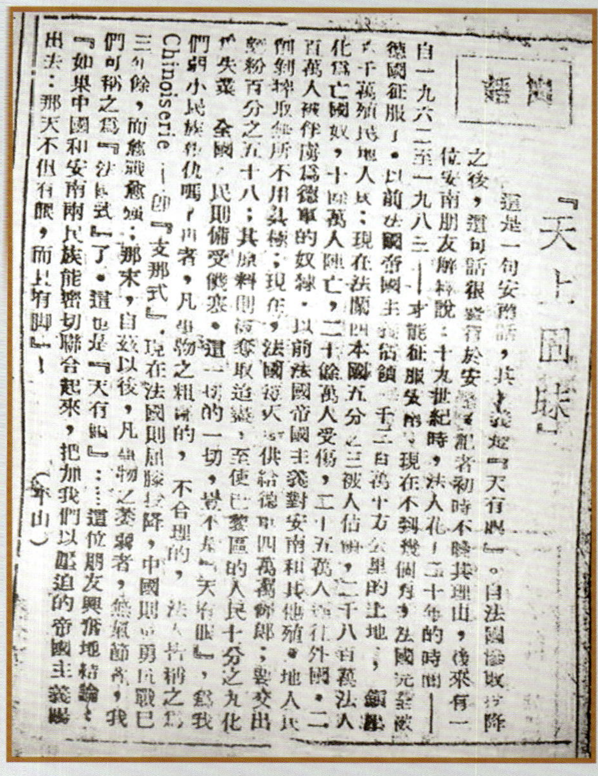
閑語
「天上固昧」
（平山）

1940 年 11—12 月，胡志明以“平山”为笔名在桂林《救亡日报》发表了多篇文章。这是 1940 年 11 月 15 日，胡志明发表的文章《“天上固昧”》。

Từ tháng 11 – 12 năm 1940, Hồ Chí Minh lấy bút danh *“Bình Sơn”* viết nhiều bài đăng trên *“Cứu vong Nhật báo”* tại Quế Lâm. Bài báo “Ôông - troi - co - mat” đăng ngày 15 tháng 11 năm 1940.

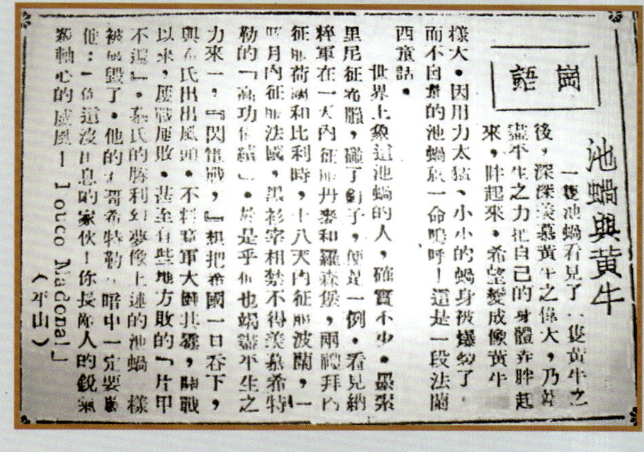
閑語
池蝸與黃牛
（平山）

1940 年 11 月 24 日，胡志明发表的文章《池蜗与黄牛》。

Bài báo *“Chú ếch và con bò”* đăng ngày 24 tháng 11 năm 1940.

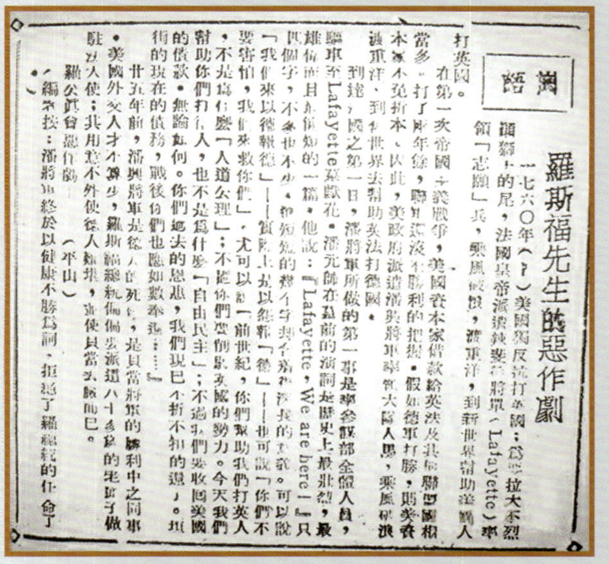
閑語
羅斯福先生的惡作劇
（平山）

1940 年 11 月 27 日，胡志明发表的文章《罗斯福先生的恶作剧》。

Bài viết *“Trò đùa dai của ngài Rudơven”* đăng ngày 27 tháng 11 năm 1940.

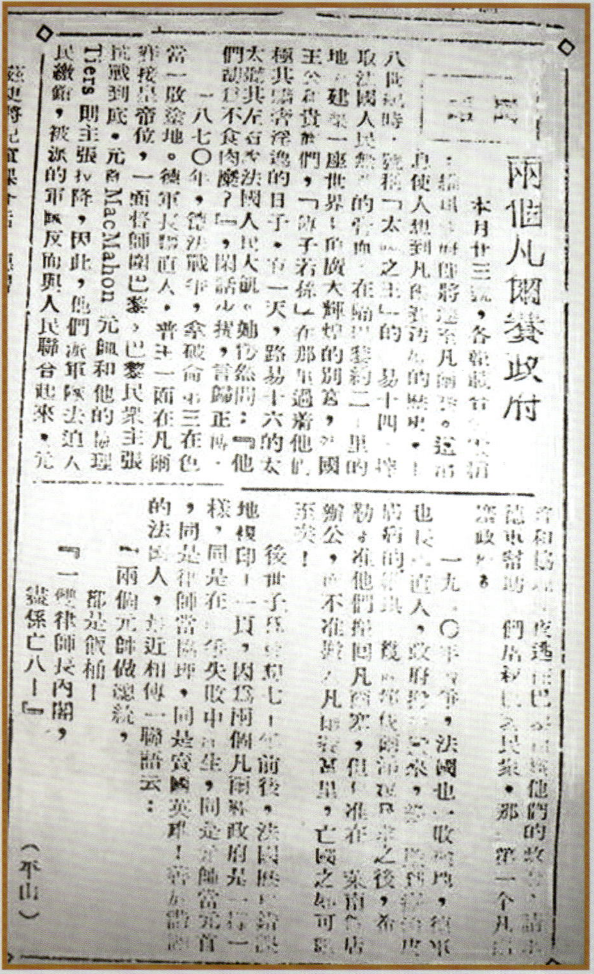
閑語
兩個凡爾賽政府
（平山）

1940 年 11 月 29 日，胡志明发表的文章《两个凡尔赛政府》。

Bài *“Hai chính phủ Véc-xay”* đăng ngày 29 tháng 11 năm 1940.

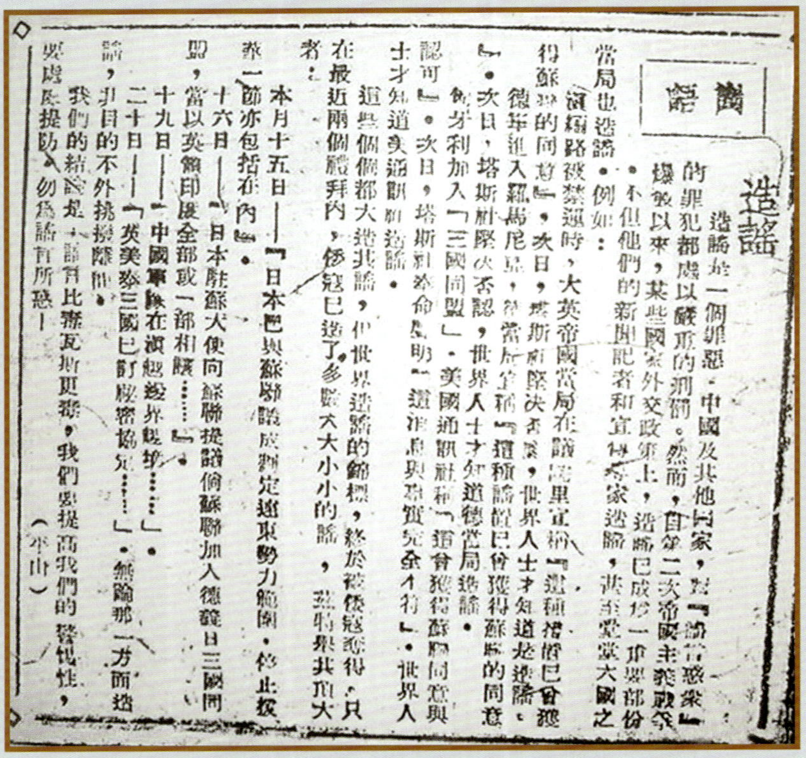

造謠

造謠是一個罪惡。中國及其他國家，對『造謠惑衆』的罪犯都處以嚴重的刑罰。然而，自第二次帝國主義戰爭爆發以來，某些國家外交政策上，造謠已成爲一個重要部份。不但他們的新聞記者和宣傳家造謠，甚至當大國之當局也造謠。例如：

滇緬路被禁運時，大英帝國當局在議院裏宣稱『這種措施已得蘇聯的同意』。次日，塔斯社否認，世界人士才知道是造謠。德軍進入羅馬尼亞，德當局宣稱『這種措施已經獲得蘇聯的同意』。次日，塔斯社否認，世界人士才知道德當局造謠。匈牙利加入『三國同盟』，美國通訊社稱『這會獲得蘇聯同意與認可』。次日，塔斯社奉命聲明『這消息與事實完全不符』。世界人士才知道美通訊社造謠。

這些個個都大造其謠，但世界造謠的錦標，終於被倭寇奪得。只在最近兩個禮拜內，倭寇已造了多少大大小小的謠，茲特舉其頂大者：

本月十五日——『日本已與蘇聯議成劃定遠東勢力範圍。停止援華一節亦包括在內』。

十六日——『日本駐蘇大使向蘇聯提議倘蘇聯加入德義日三國同盟，當以英領印度全部或一部相贈……』。

十九日——『中國軍隊在滇緬邊界……』。

二十日——『英美蘇三國已訂秘密協定……』。無論那一方面造謠，其目的不外挑撥離間。

我們的結論是：謠言比瓦斯更毒，我們要提高我們的警惕性，要處處提防，勿爲謠言所惑！

（平山）

1940 年 12 月 1 日，胡志明发表的文章《造谣》。

Bài *"Bịa đặt"* đăng ngày 1 tháng 12 năm 1940.

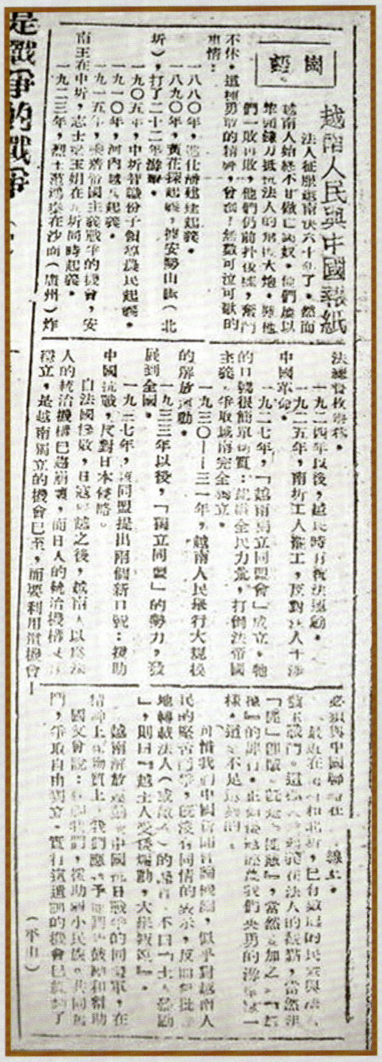

越南人民與中國報紙

1940 年 12 月 2 日，胡志明发表的文章《越南人民与中国报纸》。

Bài *"Nhân dân Việt Nam và báo chí Trung Quốc"* đăng ngày 2 tháng 12 năm 1940.

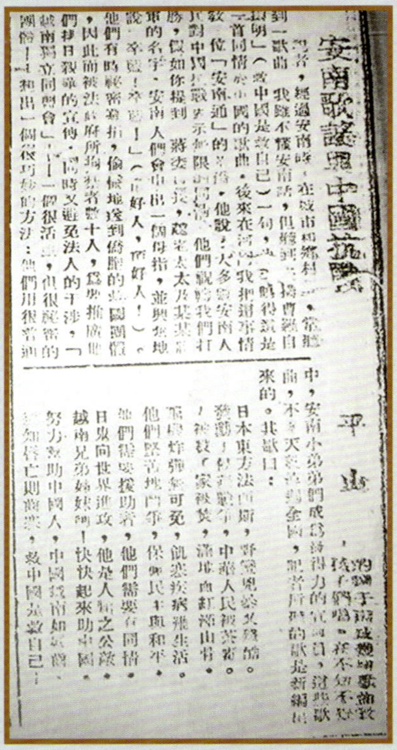

安南歌謠與中國抗戰

1940 年 12 月 4 日，胡志明发表的文章《安南歌谣与中国抗战》。

Bài *"Nhân dân Việt Nam với Cuộc kháng chiến của Trung Quốc"* đăng ngày 4 tháng 12 năm 1940.

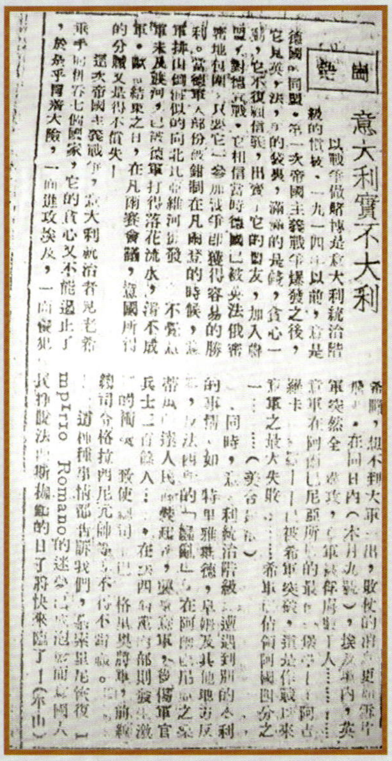

意大利實不大利

1940 年 12 月 16 日，胡志明发表的文章《意大利实不大利》。

Bài *" Ý đại lợi thực bất đại lợi"* đăng ngày 16 tháng 12 năm 1940.

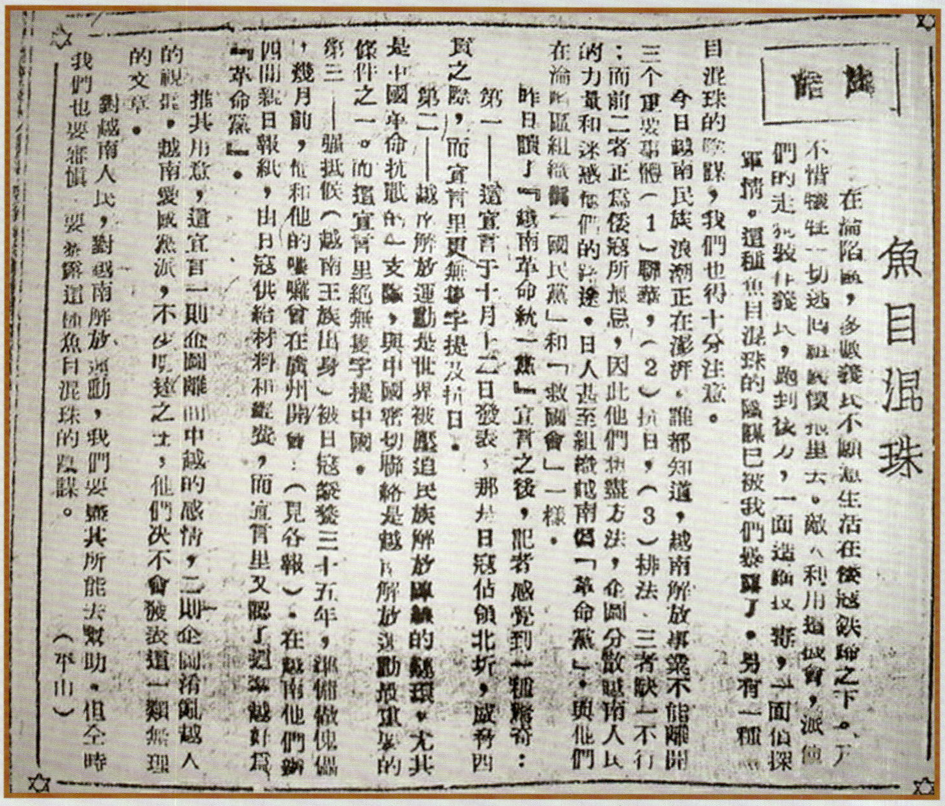

魚目混珠

在淪陷區，多數義民不願意生活在倭寇鐵蹄之下，所以不惜犧牲一切逃出組織隊伍抵抗出去。敵人利用漢奸會，派他們的走狗裝作義民，跑到後方，一面造謠破壞，一面偵探軍情。這種魚目混珠的陰謀已被我們發覺了。另有一種魚目混珠的陰謀，我們也得十分注意。

今日越南民族浪潮正在澎湃。誰都知道，越南解放事業不能離開三個重要事件（1）聯華，（2）抗日，（3）排法。三者缺一不行；而前二者正為倭寇所振忌，因此他們想盡方法，企圖分散越南人民的力量和迷惑他們的路途。日人甚至組織越南偽「革命黨」，與他們在淪陷區組織偽「國民黨」和「救國會」一樣。

昨日讀了『越南革命統一黨』宣言之後，記者感覺到一種驚奇：

第一——這宣言于十月十二日發表，那是日寇佔領北圻，威脅西貢之際，而宣言里更無隻字提及抗日。

第二——越南解放運動是世界被壓迫民族解放陣線的一環，尤其是中國革命抗戰的一支隊，與中國密切聯絡是越南解放運動最重要的條件之一。而這宣言里絕無隻字提中國。

第三——彊㭽侯（越南王族出身）被日寇豢養三十五年，準備做傀儡，幾月前，他和他的嘍囉曾在廣州開會（見各報）。在越南他們辦四開報紙，由日寇供給材料和經費，而宣言里又認了這些越奸為「革命黨」。

推其用意，這宣言一則企圖離間中越的感情，二則企圖淆亂越人的視聽。越南愛國黨派，不少明達之士，他們決不會被迷這一類無理的文章。

我們對越南人民，對越南解放運動，我們要盡其所能去幫助。但全時我們也要審慎，要察覺這種魚目混珠的陰謀。（平山）

1940 年 12 月 5 日，胡志明发表的文章《鱼目混珠》。

Bài *"Mắt cá lận ngọc trai"* đăng ngày 5 tháng 12 năm 1940.

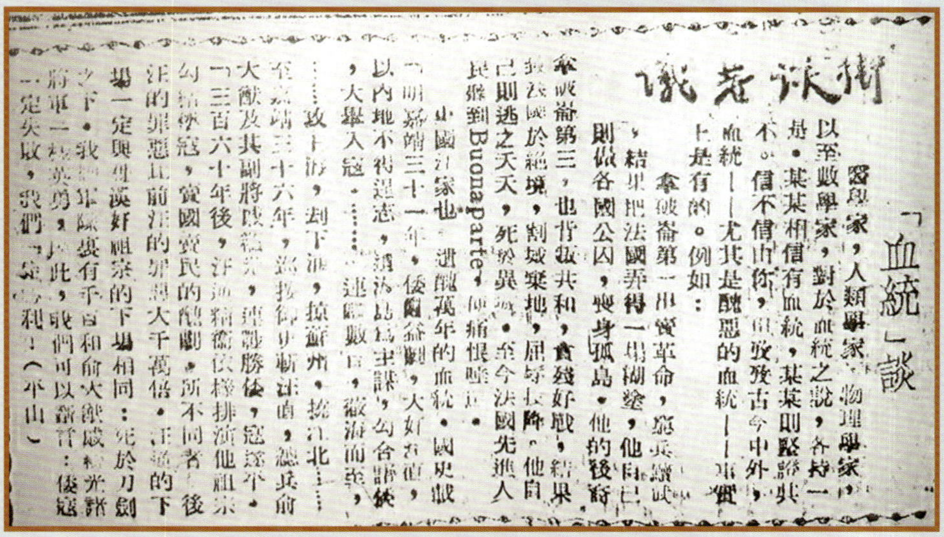

街談巷議

「血統」談

醫學家，人類學家，物理學家，以至數學家，對於血統之說，各持一見。某某相信有血統，某某則否認其有。信不信由你，但致發古今中外，血統——尤其是醜惡的血統——事實上是有的。例如：

拿破崙第一出賣革命，篡[illegible]，結果把法國弄得一塌糊塗，他自己則做各國公囚，喪身孤島。他的後裔拿破崙第三，也背叛共和，貪殘好戰，結果致法國於絕境，割城棄地，屈辱投降。他自己則逃之夭夭，死於異域。至今法國先進人民猶對Buonaparte一系痛恨唾罵。

[illegible]家也，遺醜萬年的血統。國史載：明嘉靖三十一年，倭寇猖獗，大奸汪直，以內地不得逞志，遁為海島主謀，勾合諸倭，大舉入寇。……連陷數百，……攻下浙，劫下海，掠蘇州，據江北……至嘉靖三十六年，總督胡宗憲斬汪直，總兵俞大猷及其副將戚繼光，連戰勝倭，寇遂不[illegible]。

三百六十年後，汪精衛依樣排演他祖宗勾結倭寇，賣國賣民的醜劇。所不同者，後汪的罪惡比前汪的罪惡大千萬倍。汪逆的下場一定與其漢奸祖宗的下場相同：死於刀劍之下。我們軍隊裏有千百和俞大猷戚繼光諸將軍一樣英勇，由此，我們可以斷言：倭寇一定失敗，我們一定勝利！（平山）

1940 年 12 月 8 日，胡志明发表的文章《“血统”谈》。

Bài *"Bàn về 'huyết thống'"* đăng ngày 8 tháng 12 năm 1940.

2 胡志明汉文题字题词书信笔记手迹

Bút tích lời đề và thư từ chữ Hán của Hồ Chí Minh

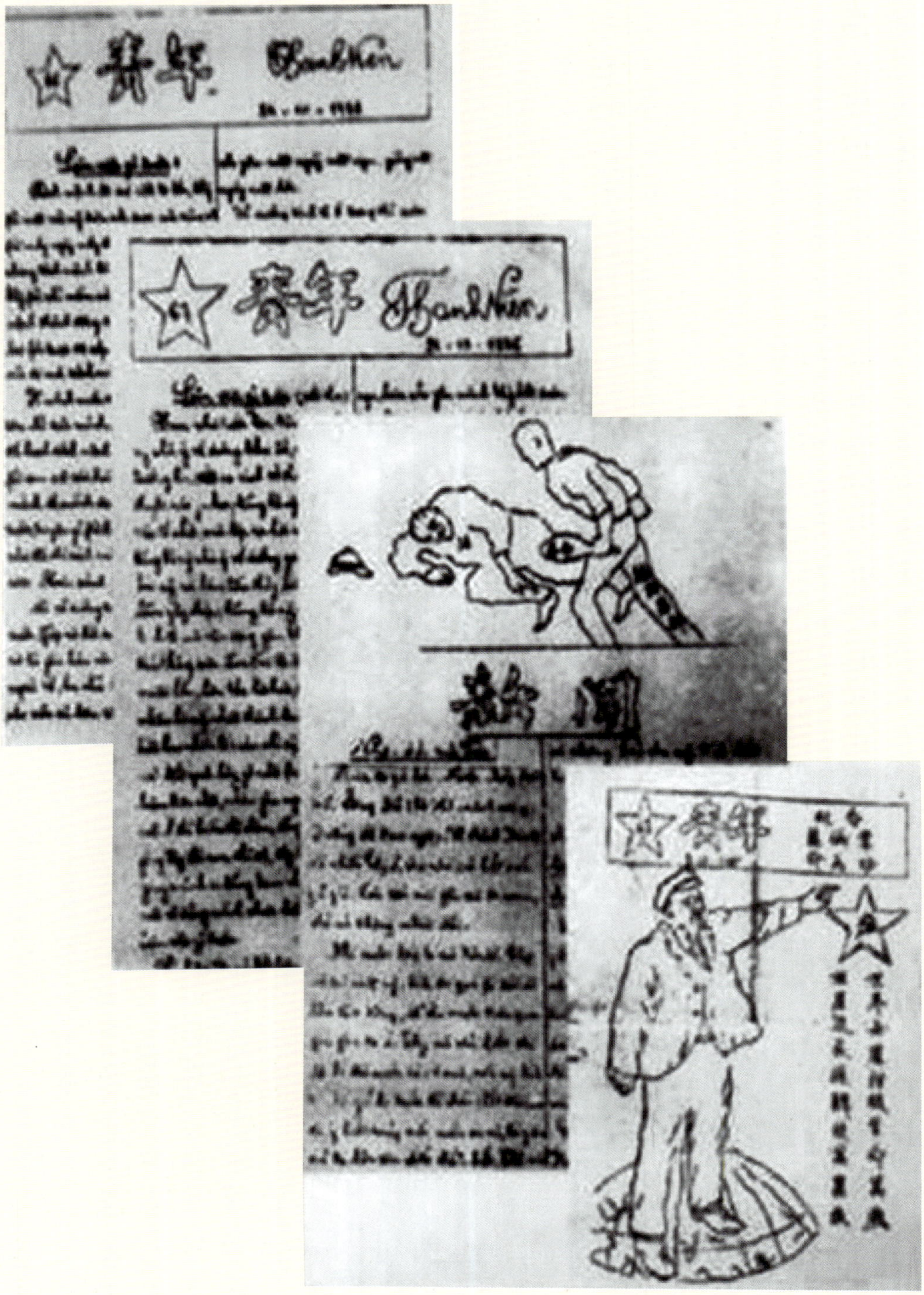

1926 年，胡志明为《青年》报撰写的汉文报头、专栏标题和口号。

Tiêu đề chuyên mục và khẩu hiệu (chữ Hán) Báo "Thanh niên" do Hồ Chí Minh viết năm 1926.

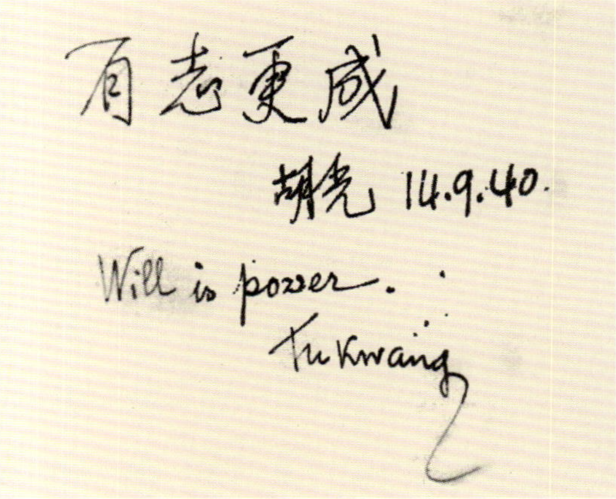

1940 年 9 月，胡志明在昆明为即将奔赴延安的进步青年方士新题字。

Tháng 9 năm 1940 tại Côn Minh, Hồ Chí Minh viết lời đề cho Phương Sĩ Tân người thanh niên tiến bộ chuẩn bị lên đường đi Diên An với câu "Có chí ắt làm nên".

1941年春，胡志明在广西靖西县巴蒙街岩洞中用汉文写的口号。

Khẩu hiệu bằng chữ Hán trên vách hang phố Pà Mông huyện Tĩnh Tây Quảng Tây do Hồ Chí Minh viết mùa xuân năm 1941.

1941年，胡志明在广西靖西县巴蒙街岩洞用汉文写的诗。

Thơ chữ Hán do Hồ Chí Minh viết trong hang ở phố Pà Mông huyện Tĩnh Tây Quảng Tây năm 1941.

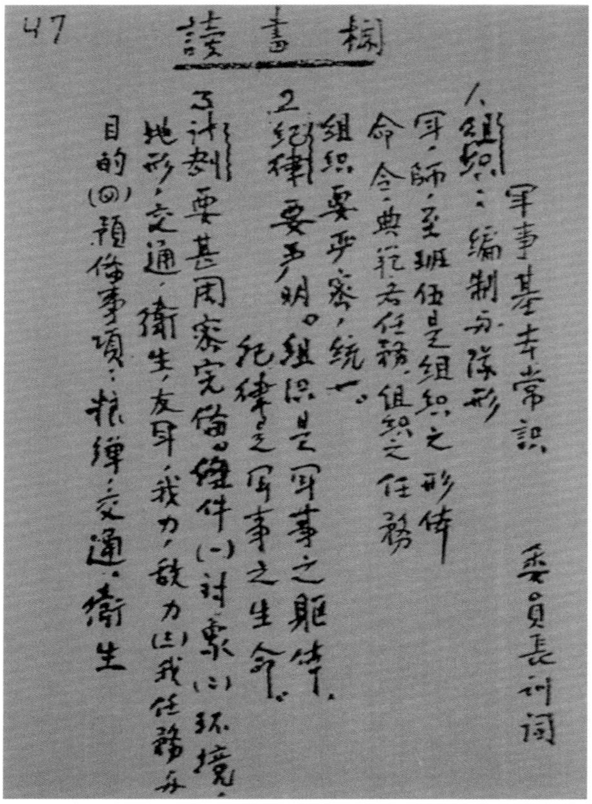

47 讀書摘

军事基本常识　委員長训词

1. 組織：编制与隊形
军、師、至班伍是组织之形体
命令、典范与任務，組织之任務
組织要严密、统一。
2. 紀律要严明。組织是军事之躯体，紀律是军事之生命。
3. 计划要甚周密完备。條件(一)对象(二)环境(三)地形、交通、衛生、友军、我力、敌力(四)我任務与目的(四)預備事項：粮弹、交通、衛生

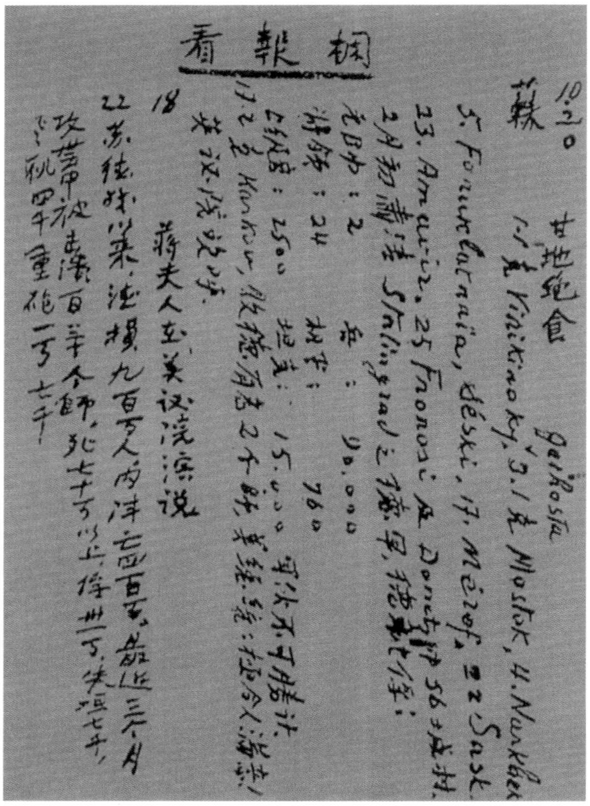

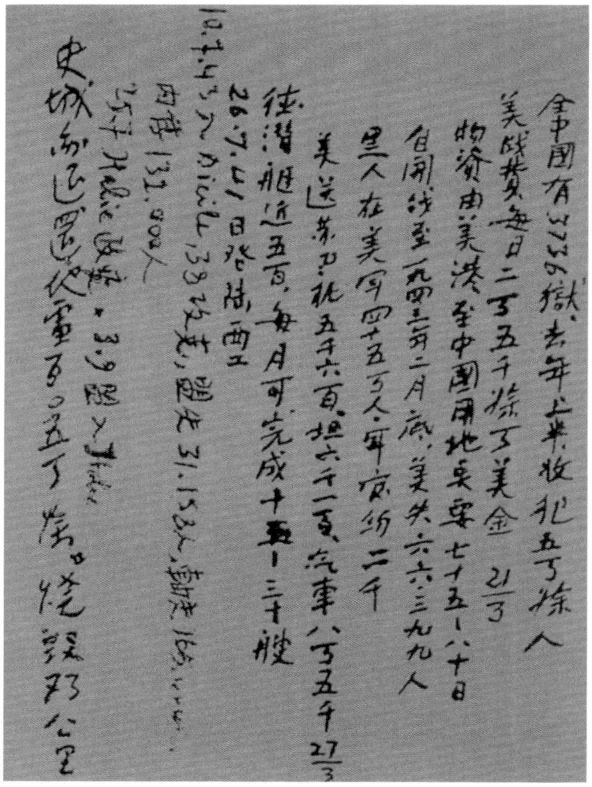

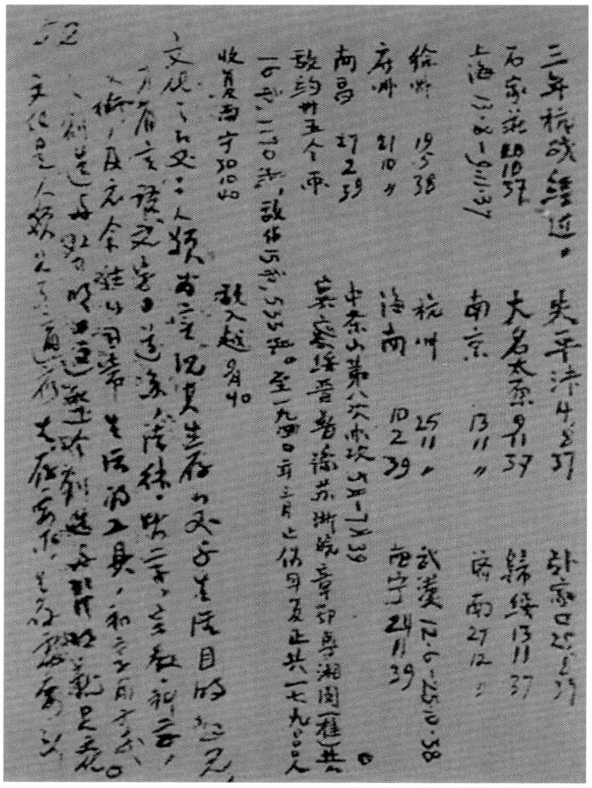

1943 年，胡志明在柳州狱中做的汉文读书读报笔记。

Một phần ghi chép bằng chữ Hán của Hồ Chí Minh khi đọc sách báo trong nhà giam tại Liễu Châu vào năm 1943.

1943 年，胡志明在柳州狱中做的汉文读书读报笔记。

Một phần ghi chép bằng chữ Hán của Hồ Chí Minh khi đọc sách báo trong nhà giam tại Liễu Châu vào năm 1943.

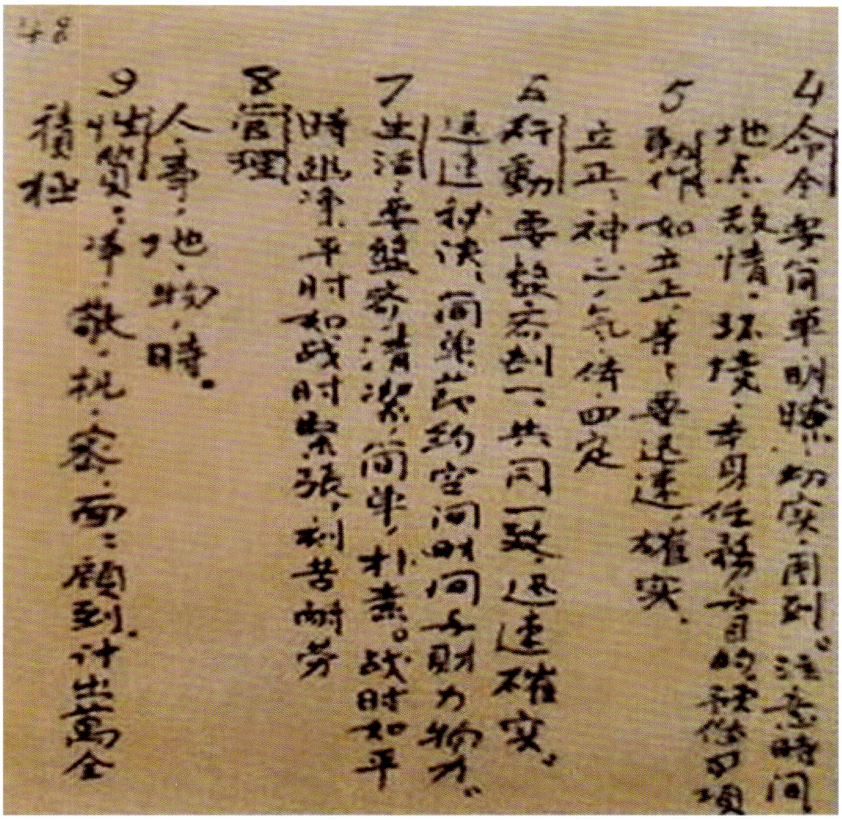
4 命令要簡單明瞭，切實，周到。注意時間，地点，敌情，环境，本身任務，目的，和任務分项

5 動作如立正，并々要迅速，确实。立正，神々，氣，体，四定

6 行動要絕密到一，共同一致，迅速確實。迅速秘決，简乘空间时间与财力物力。

7 生活：要整齐清潔，简单，朴素。战时如平时，平时如战时紧張，刻苦耐劳

8 管理

9 人，事，地，物，時。物質：净，整，挑，密，匝，顧到，什出，萬全

積極

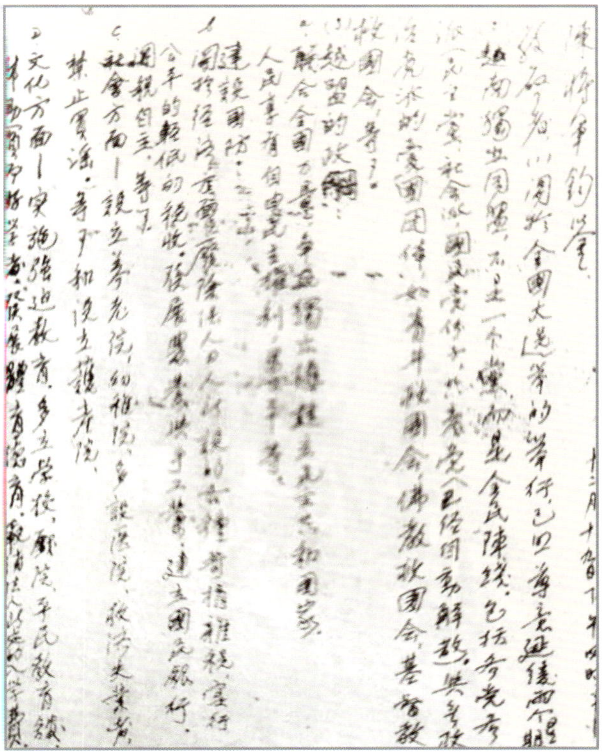

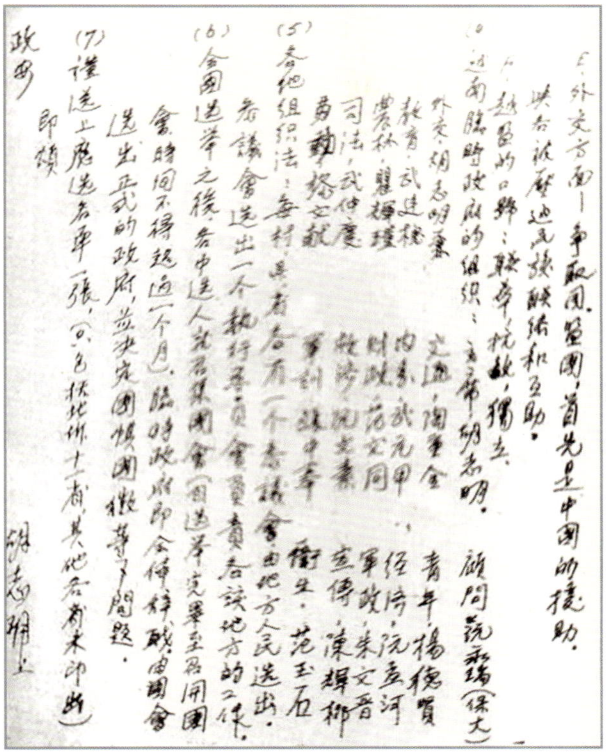

1945 年 12 月 19 日，胡志明在河内写给中国驻军陈修和将军的汉文信。

Thư viết bằng chữ Hán của Hồ Chủ tịch gửi tướng quân Trung Quốc đóng tại Hà Nội ông Trần Tu Hòa, ngày 19 tháng 12 năm 1945.

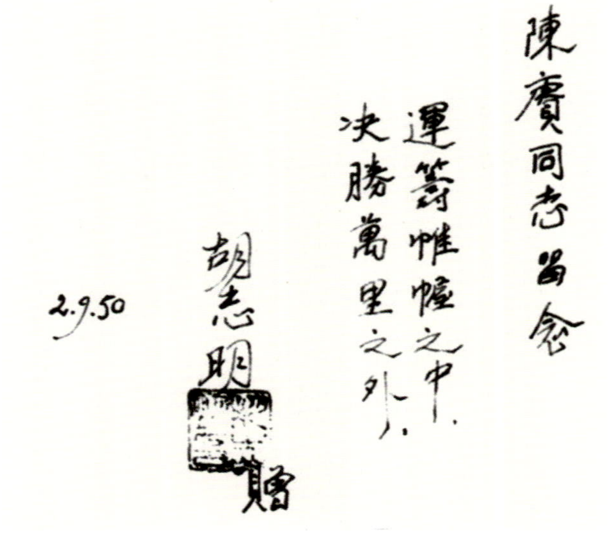
陳賡同志留念
運籌帷幄之中，決勝萬里之外。
胡志明 贈
2.9.50

1950 年 9 月，胡志明写给陈赓的赠言。

Hồ Chủ tịch để tặng đồng chí Trần Canh, tháng 9 năm 1950.

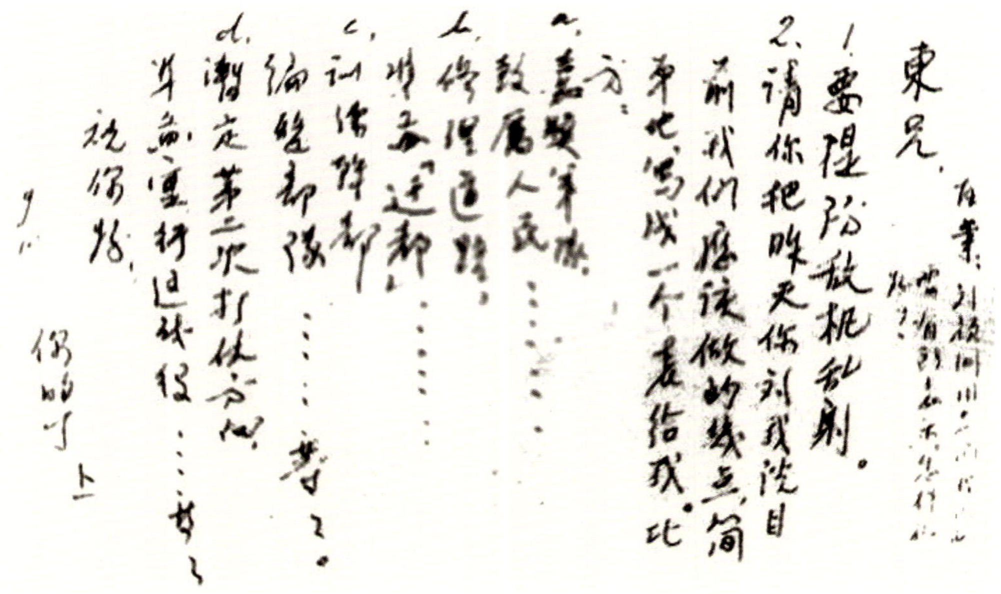
東兄，
1. 要提防敌机乱刷。
2. 请你把昨天你对我说目前我们应该做的缺点，简单地写成一个表给我。比方：

1950 年 10 月，胡志明写给陈赓的信。

Thư của Hồ Chủ tịch gửi đồng chí Trần Canh, tháng 10 năm 1950.

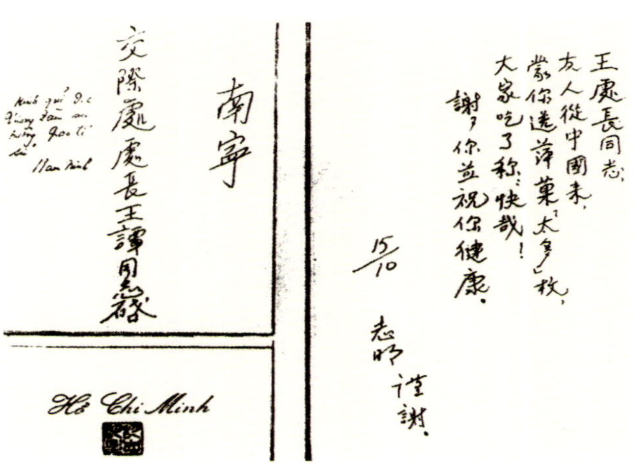
南寧
交際處處長王譚同志啟
Hồ Chí Minh

王處長同志，
友人從中國來，帶你送蒲葉「太多」枚，大家吃了稱：快哉！
謝謝你並祝你健康。
15/10
志明 謹謝

1951 年 10 月，胡志明写给中国广西交际处处长王谭的信。

Thư của Hồ Chủ tịch viết cho đồng chí Vương Đàm, Trưởng ban Giao tế Quảng Tây Trung Quốc, tháng 10 năm 1951.

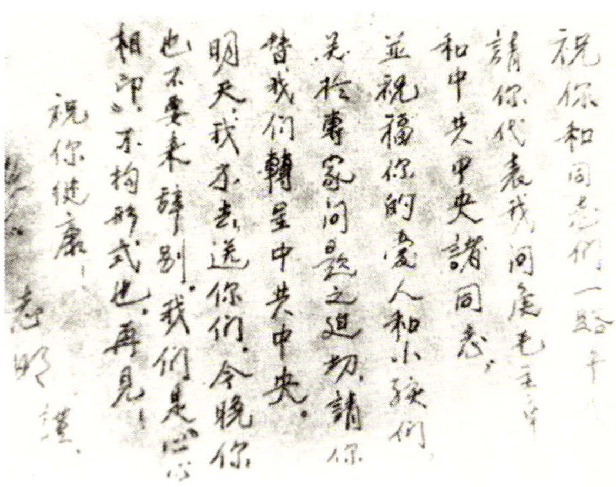
祝你和同志們一路平安！
請你代表我問候毛主席和中共中央諸同志，並祝福你的愛人和小孩們。
關於專家問題之一切，請你替我們轉呈中共中央。
明天我不去送你們，今晚你也不要來辭別。我們是心心相印，不拘形式也。再見！
祝你健康！
志明 謹

1956 年 5 月，胡志明在陈赓访越回国前写给陈赓的信。

Thư gửi đồng chí Trần Canh đi thăm Việt Nam trước khi về nước, tháng 5 năm 1956.

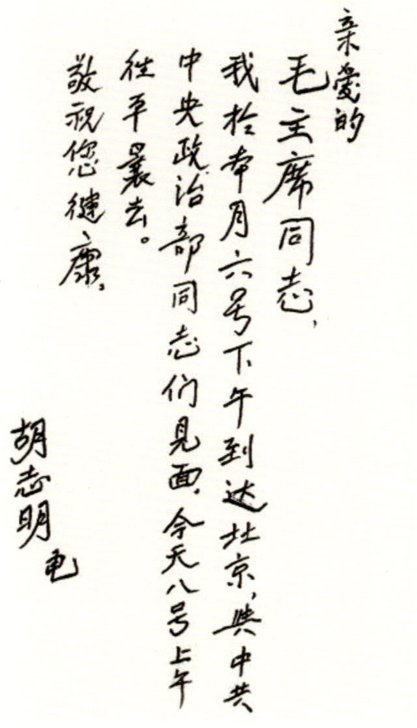
亲爱的
毛主席同志，
我於本月六号下午到达北京，与中共
中央政治部同志们见面。今天八号上午
往平壤去。
敬祝您健康，
胡志明 电

1957 年 7 月 8 日，胡志明写给毛泽东的亲笔信。

Bút tích bức thư Chủ tịch Hồ Chí Minh gửi Chủ tịch Mao Trạch Đông, ngày 8 tháng 7 năm 1957.

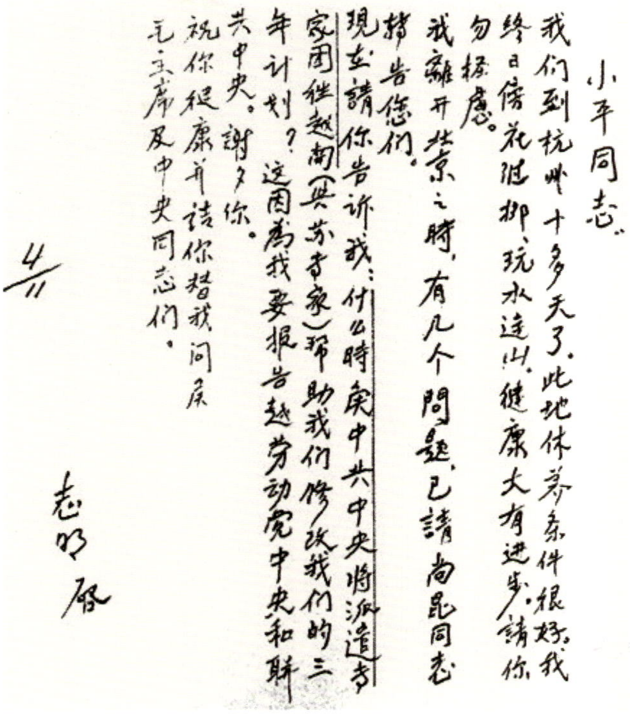
小平同志，
我们到杭州十多天了。此地休养条件很好，我终日傍花随柳，玩水游山，健康大有进步。请你勿挂虑。
我离开北京之时，有几个问题已请尚昆同志转告您们。
现在请你告诉我：什么时候中共中央将派遣专家团往越南（与苏专家）帮助我们修改我们的三年计划？这因为我要报告越劳动党中央和联共中央。谢谢你。
祝你健康并请你替我问候
毛主席及中央同志们。
4/11
志明 启

1957 年 11 月 4 日，胡志明写给邓小平的亲笔信。

Bút tích bức thư Hồ Chủ tịch gửi đồng chí Đặng Tiểu Bình, ngày 4 tháng 11 năm 1957.

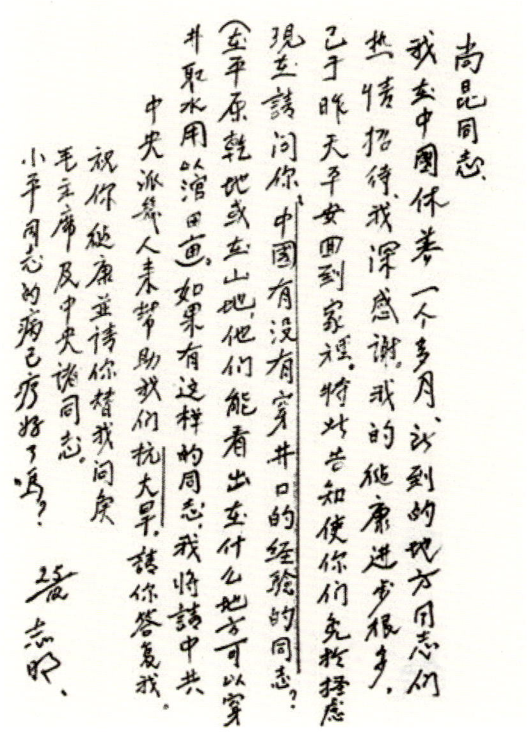
尚昆同志
我在中国休养一个多月，所到的地方同志们热情招待，我深深感谢。我的健康进步很多。已于昨天平安回到家里。特此告知，使你们免於挂虑。
现在请问你：中国有没有穿井口的经验的同志？（在平原干地或在山地，他们能看出在什么地方可以穿井取水用以灌田直？如果有这样的同志，我将请中共中央派几人来帮助我们抗大旱。请你答复我。
祝你健康并请你替我问候
毛主席及中央诸同志。
小平同志的病已痊好了吗？
黄志明、

1957 年 12 月 25 日，胡志明写给杨尚昆的亲笔信。

Bút tích bức thư Hồ Chủ tịch gửi đồng chí Dương Thượng Côn, ngày 25 tháng 12 năm 1957.

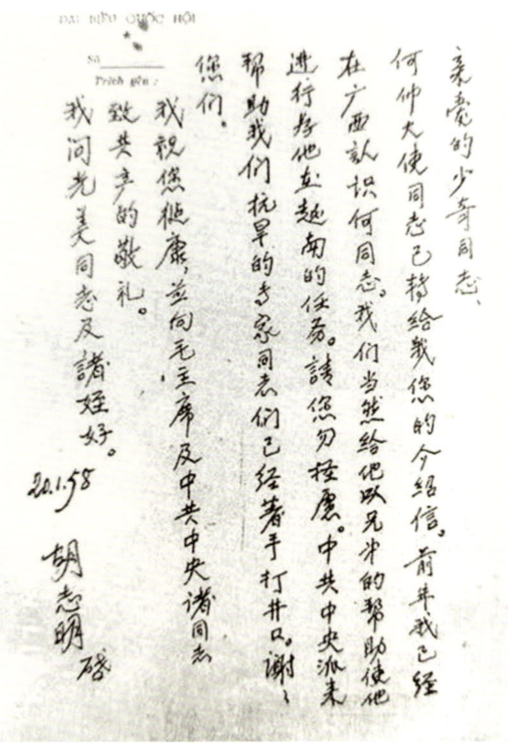
ĐẠI BIỂU QUỐC HỘI
亲爱的少奇同志，
何仲大使同志已转给我您的介绍信，前年我已经在广西认识何同志。我们当然给他以兄弟的帮助使他进行好他在越南的任务。请您勿挂虑。中共中央派来帮助我们抗旱的专家同志们已经着手打井了。谢谢您们。
我祝您健康，并向毛主席及中共中央诸同志致共产的敬礼。
我问光美同志及诸侄好。
20.1.58
胡志明 启

1958 年 1 月 20 日，胡志明写给刘少奇的亲笔信。

Bút tích bức thư Hồ Chủ tịch gửi Chủ tịch Lưu Thiếu Kỳ, ngày 20 tháng 1 năm 1958.

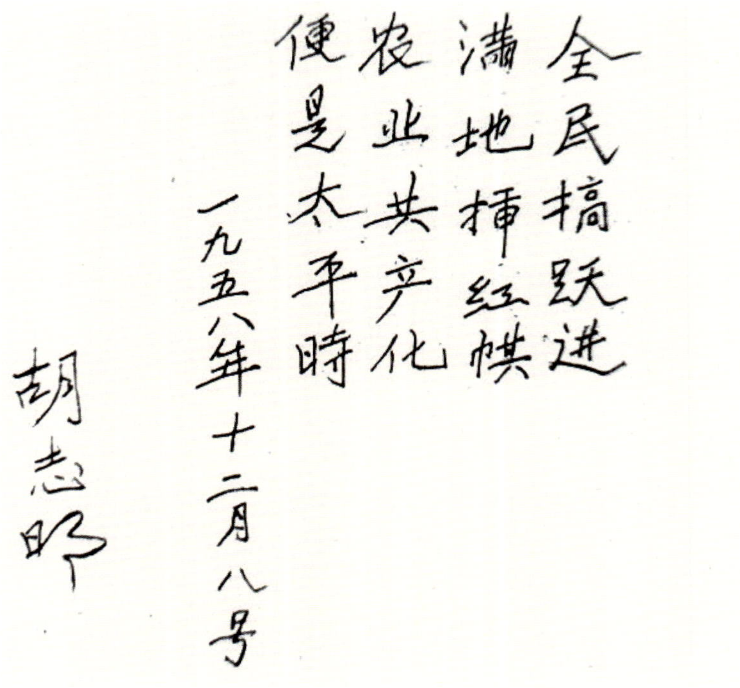

1958 年 12 月 8 日，胡志明在河内为中国农垦展览会题词。

Lời đề của Hồ Chủ tịch sau khi tham quan Triển lãm Nông khẩn Trung Quốc, ngày 8 tháng 12 năm 1958 tại Hà Nội.

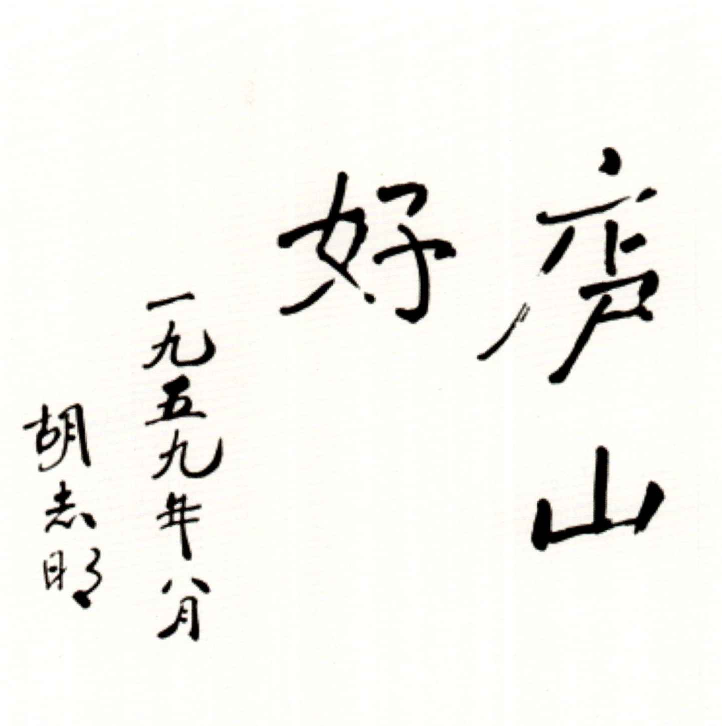

1959 年 8 月，胡志明在庐山游览后用中文题字。

Lời đề bằng chữ Trung của Hồ Chủ tịch sau khi du ngoạn Lư Sơn, tháng 8 năm 1959.

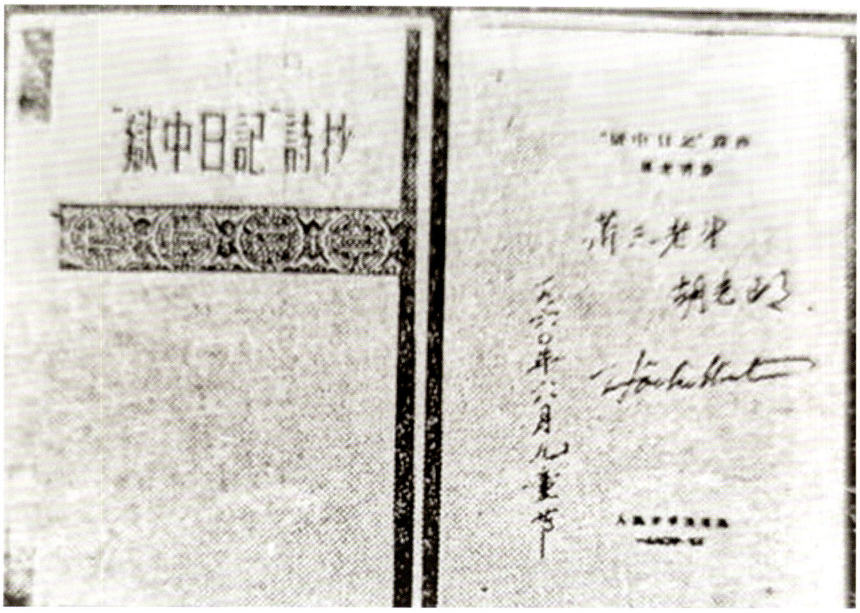

1960 年 6 月，胡志明在给中国作家萧三赠书上的签名。

Hồ Chủ tịch ký vào cuốn sách tặng nhà văn Trung Quốc Tiêu Tam, tháng 6 năm 1960.

1961 年 5 月，胡志明游览广西阳朔后题字。

Chủ tịch Hồ Chí Minh đề lời sau khi du ngoạn Dương Sóc Quảng Tây, tháng 5 năm 1961.

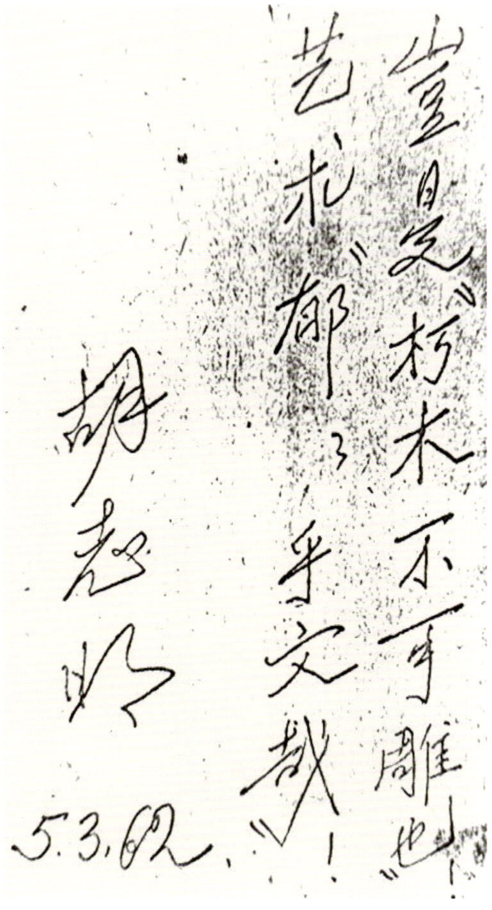

1962 年 3 月，胡志明在河内参观中国版画展览后题词。

Lời đề Hồ Chủ tịch viết sau khi xem Triển lãm tranh khắc gỗ Trung Quốc tại Hà Nội, tháng 3 năm 1962.

1964 年 6 月，胡志明在赠给中国同志的照片上签名。
Hồ Chủ tịch ký tấm ảnh tặng các đồng chí Trung Quốc, tháng 6 năm 1964.

1965 年 5 月，胡志明游览黄山时为观瀑亭题名。
Hồ Chủ tịch đề lời đặt tên cho Đình Ngắm Thác khi du ngoạn Hoàng Sơn, tháng 5 năm 1965.

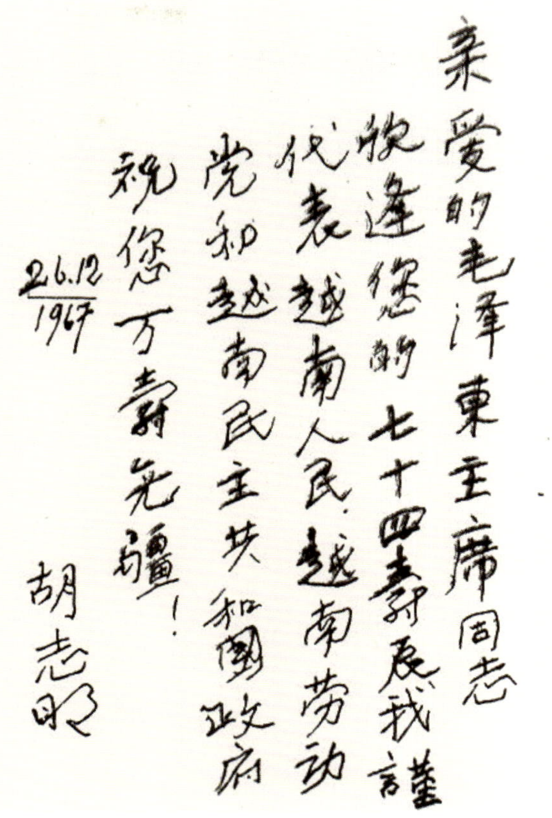

亲爱的毛泽東主席同志
欣逢您的七十四寿辰，我谨
代表越南劳动
党和越南民主共和國政府
祝您万寿无疆！
胡志明
26.12
1967

1967 年 12 月 26 日，胡志明写给毛泽东的生日贺信。

Thư mừng sinh nhật do Hồ Chủ tịch gửi Mao Chủ tịch, ngày 26 tháng 12 năm 1967.

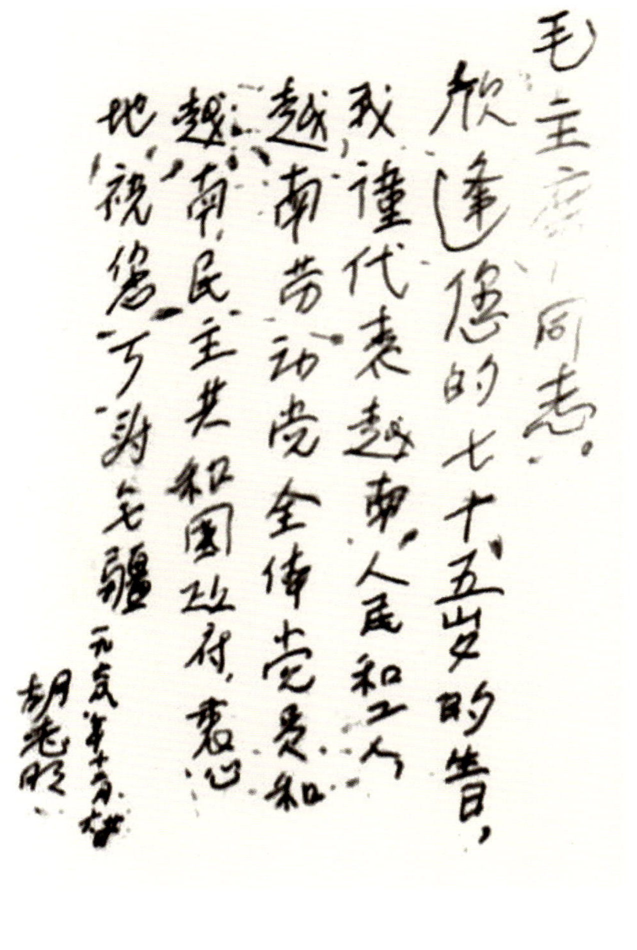

毛主席同志，
欣逢您的七十五岁的普，
我谨代表越南人民和工人
越南劳动党全体党员和
越南民主共和国政府，衷心
地祝您万寿无疆
一九六八年十二月廿六
胡志明

1968 年 12 月 26 日，胡志明写给毛泽东的生日贺信。

Thư mừng sinh nhật Hồ Chủ tịch gửi Mao Chủ tịch, ngày 26 tháng 12 năm 1968.

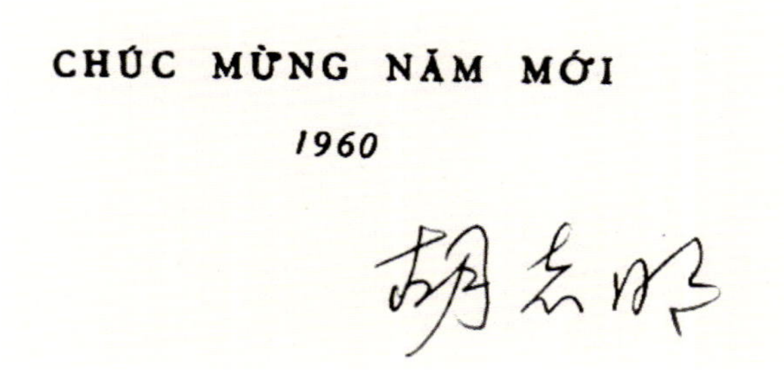

1960 年，胡志明在新年贺卡上的签名。

Chủ tịch Hồ Chí Minh ký lên lá thiếp Chúc mừng năm mới, năm 1960.

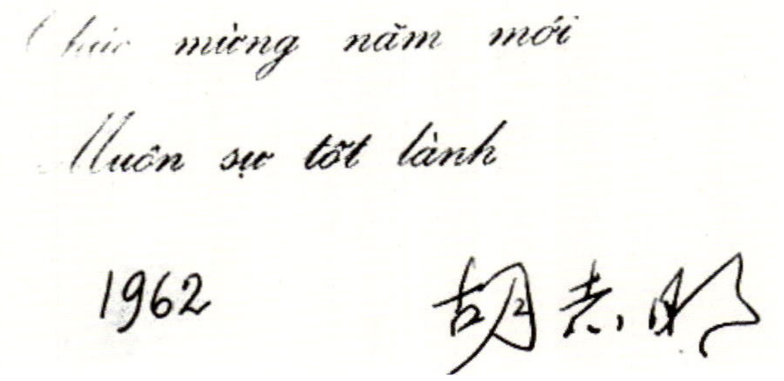

1962 年，胡志明在新年贺卡上的签名。

Hồ Chủ tịch ký lên Thiếp chúc mừng năm mới, năm 1962.

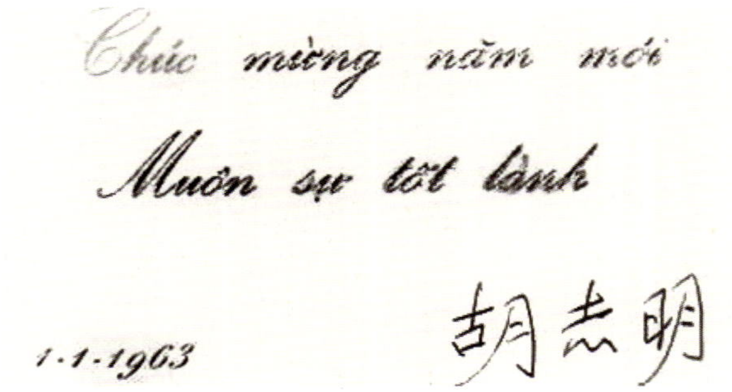

1963 年，胡志明在新年贺卡上的签名。

Hồ Chủ tịch ký lên Thiếp chúc mừng năm mới, năm 1963.

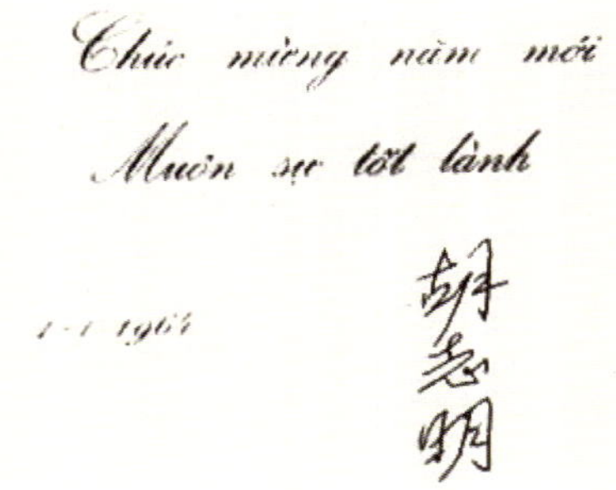

1964 年，胡志明在新年贺卡上的签名。

Hồ Chủ tịch ký lên Thiếp chúc mừng năm mới, năm 1964.

1967 年，胡志明在新年贺卡上的签名。

Hồ Chủ tịch ký lên Thiếp chúc mừng năm mới, năm 1967.

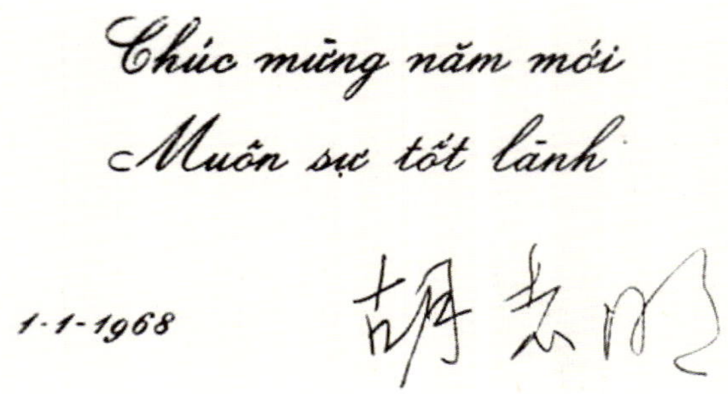

1968 年，胡志明在新年贺卡上的签名。

Hồ Chủ tịch ký lên Thiếp chúc mừng năm mới, năm 1968.

3 胡志明情系中国传统文化

Tình cảm gắn bó của Hồ Chí Minh với văn hóa truyền thống Trung Quốc

又一个

齐夷不食周朝粟，
赌犯不吃公家粥。
齐夷饿死首阳山，
赌犯饿死公家狱。

1942 年，胡志明在广西狱中作的这首诗，借用了中国古代关于伯夷和叔齐不食周朝粟，饿死在首阳山的典故。

Bài thơ Hồ Chí Minh viết trong ngục tù Quảng Tây năm 1942, đã mượn điển tích lịch sử thời cổ Trung Quốc hai nhân vật Bá Di và Thúc Tề của nhà Thương cự tuyệt ăn gạo của nhà Chu mà chết tại Thủ Dương Sơn.

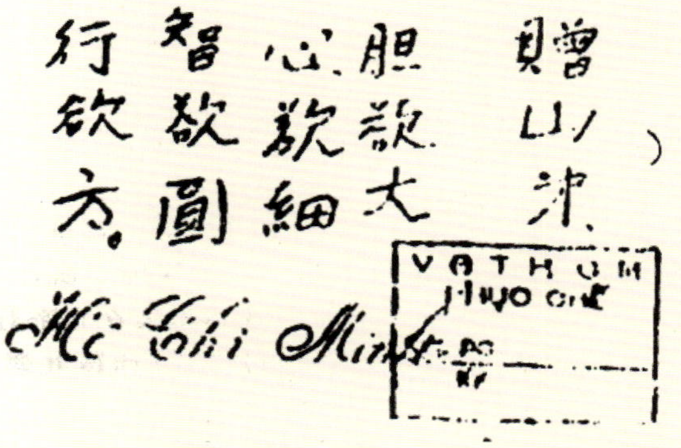

1948 年，胡志明写给中越“两国将军”洪水的题字，借用了中国唐代医药学家孙思邈的名言“胆欲大而心欲小，智欲圆而行欲方”。

Năm 1948, Chủ tịch Hồ Chí Minh viết lời đề tặng “Lưỡng quốc tướng quân” Trung-Việt Hồng Thủy (Nguyễn Sơn) , mượn câu danh ngôn của nhà y dược học nổi tiếng thời Đường Trung Quốc ông Tôn Tư Mạo *“Đảm dục đại nhi tâm dục tiểu, Trí dục viên nhi hành dục phương” (Làm việc cần can đảm mà hết sức cẩn thận cặn kẽ; Trí tuệ phải thông thái mà hành vi phải* đoan chính).

清明

清明时节雨纷纷，
笼里囚人欲断魂。
借问自由何处有，
卫兵遥指办公门。

1943 年，胡志明在广西狱中作的这首诗，借用了中国唐代诗人杜牧的《清明》一诗而加以修改。

Bài thơ Hồ Chí Minh viết năm 1943 trong ngục tù tại Quảng Tây, đã mượn và sửa lại đôi chút bài thơ *“Thanh minh”* của nhà thơ Đỗ Mục đời Đường Trung Quốc.

看《千家诗》有感

古诗偏爱天然美，
山水烟花雪月风。
现代诗中应有铁，
诗家也要会冲锋。

胡志明在狱中读了中国的《千家诗》后写了这首诗，提出了他对诗歌创作的见解——“现代诗中应有铁”。

Sau khi đọc *“Thiên gia thi”* Trung Quốc trong nhà giam Hồ Chí Minh đã viết nên bài thơ này và nêu sự nhận xét của Người – *“Nay ở trong thơ nên có thép”.*

拆字

囚人出去或为国，
患过头时始见忠。
人有忧愁优点大，
笼开竹闩出真龙。

胡志明熟悉中国文字的部首结构，在广西狱中作的这首诗中，使用了拆字法。

Hồ Chí Minh rất thông thạo kết cấu bộ thủ của chữ Hán, trong bài thơ viết trong ngục tù tại Quảng Tây Người đã khéo léo tiến hành tháo ghép bộ thủ trong chữ.

1963 年 5 月，胡志明在欢迎中国国家主席刘少奇来访的讲话中，借用中国成语“心心相印”，说出了“心心早相印，今日喜相逢”的诗句。

Tháng 5 năm 1963, phát biểu tại Đại hội chào mừng Chủ tịch nước Trung Quốc Lưu Thiếu Kỳ sang thăm Việt Nam, Hồ Chủ tịch đã dùng thành ngữ Trung Quốc :*Tâm tâm tương ấn* và câu thơ: *Đến bây giờ mới thấy đây, Mà lòng đã chắc những ngày một hai*” để bày tỏ tình cảm của mình.

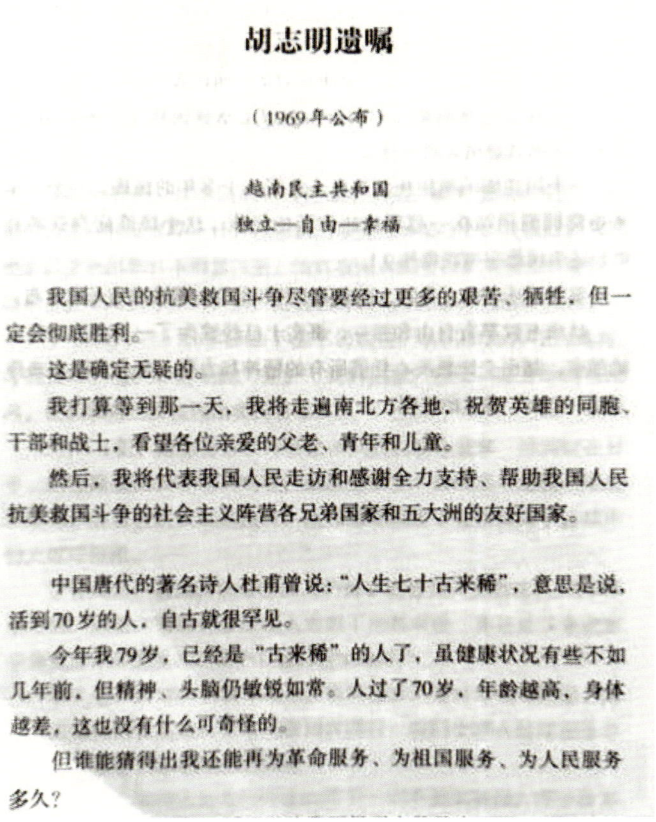

胡志明遗嘱

（1969年公布）

越南民主共和国

独立—自由—幸福

我国人民的抗美救国斗争尽管要经过更多的艰苦、牺牲，但一定会彻底胜利。

这是确定无疑的。

我打算等到那一天，我将走遍南北方各地，祝贺英雄的同胞、干部和战士，看望各位亲爱的父老、青年和儿童。

然后，我将代表我国人民走访和感谢全力支持、帮助我国人民抗美救国斗争的社会主义阵营各兄弟国家和五大洲的友好国家。

中国唐代的著名诗人杜甫曾说："人生七十古来稀"，意思是说，活到70岁的人，自古就很罕见。

今年我79岁，已经是"古来稀"的人了，虽健康状况有些不如几年前，但精神、头脑仍敏锐如常。人过了70岁，年龄越高、身体越差，这也没有什么可奇怪的。

但谁能猜得出我还能再为革命服务、为祖国服务、为人民服务多久？

1969 年公布的胡志明遗嘱中，引用了中国的一句古语“人生七十古来稀”。

Trong di chúc của Chủ tịch Hồ Chí Minh công bố năm 1969 đã dẫn câu cổ ngữ Trung Quốc *“Nhân sinh thập thập cổ lai hi”*.

胡志明很喜欢和中国朋友谈论古诗，也常常得到中国朋友赠诗。1960 年 5 月，陈毅在河内作诗赠予胡志明。

Hồ Chủ tịch rất thích cùng bạn bè Trung Quốc đàm đạo thơ cổ và cũng thường nhận được thơ tặng của các bạn Trung Quốc. Tháng 5 năm 1960 tại Hà Nội, đồng chí Trần Nghị đã làm thơ tặng Người.

1960 年 9 月，叶剑英元帅在河内作诗赠给胡志明。

Tháng 9 năm 1960 tại Hà Nội, nguyên soái Diệp Kiếm Anh đã làm thơ tặng Hồ Chủ tịch.

1965 年 5 月，胡志明与董必武副主席同游黄山时，董必武向胡志明赠诗，胡志明作诗回赠。

Tháng 5 năm 1965, Hồ Chủ tịch cùng Phó Chủ tịch nước Trung Quốc Đổng Tất Vũ du ngoạn Hoàng Sơn, đồng chí Đổng Tất Vũ đã tặng thơ cho Hồ Chủ tịch và Người cũng làm thơ tặng lại.

在中国访问时，胡志明常常抽空阅读中国的报纸杂志和书籍。图为 1955 年 6 月，胡志明在中国的火车上阅读中文书刊。

Trong thời gian ở thăm Trung Quốc Hồ Chủ tịch thường tranh thủ thời gian đọc sách báo tạp chí Trung Quốc. Chủ tịch Hồ Chí Minh đọc sách báo Trung văn trên xe lửa tại Trung Quốc, tháng 6 năm 1955.

1955 年 7 月，胡志明在北京阅读《人民画报》。

Trong ảnh Người xem đọc *"Nhân dân Họa báo"* tại Bắc Kinh, tháng 7 năm 1955.

1955 年 7 月，胡志明在北京中央人民广播电台发表讲话，开头用汉语向中国听众问好。

Tháng 7 năm 1955 tại Bắc Kinh, Hồ Chủ tịch phát biểu bài nói chuyện trên Đài Phát thanh Nhân dân Trung ương Trung Quốc, Người đã mở đầu bằng lời chào tiếng Hán với các bạn nghe đài Trung Quốc.

1955 年 7 月，胡志明在北京游览长城后在火车上用汉文写了一首诗。

Tháng 7 năm 1955, sau khi du ngoạn *Trường Thành* và lên tàu trở về Người đã dùng tiếng Hán để viết bài thơ.

1960 年 5 月，胡志明在他下榻的南宁西园饭店阅读《广西日报》。

Tại *Khách sạn Tây Viên* Nam Ninh nơi nghỉ chân, Chủ tịch Hồ Chí Minh đọc *"Quảng Tây Nhật báo"*, tháng 5 năm 1960.

1967 年 4 月，胡志明在广州从化温泉宾馆阅读中国报纸。

Hồ Chủ tịch đọc báo Trung Quốc tại *Nhà khách Ôn Tuyền* Tùng Hóa tỉnh Quảng Đông, tháng 4 năm 1967.

胡志明在中国常常用汉文题字题词。图为 1955 年 7 月，他参观北京师范大学附小时用汉文题词。

Chủ tịch Hồ Chí Minh còn thường dùng chữ Hán để viết lời đề. Trong ảnh, khi tham quan *Trường Tiểu học Phụ thuộc Đại học Sư phạm Bắc Kinh* Người đã dùng chữ Hán viết lời đề, tháng 7 năm 1955.

1959 年 2 月，胡志明在南宁明园饭店用汉文在赠给中国同志的笔记本上签名。

Tháng 2 năm 1959, Hồ Chủ tịch đã ký tên chữ Hán trên sổ ghi tặng các đồng chí Trung Quốc tại Khách sạn Tây Viên Nam Ninh.

1960 年 5 月，胡志明在南宁用汉文在自己的照片上签名准备赠给中国同志。

Tháng 5 năm 1960, Hồ Chủ tịch dùng chữ Hán ký tên lên tấm ảnh mà mình chuẩn bị tặng các đồng chí Trung Quốc.

1960 年 10 月，胡志明参观海南红光农场后用汉文题词。

Tháng 10 năm 1960, sau khi tham quan *Nông trường Hồng Quang* Hải Nam Hồ Chủ tịch đã dùng chữ Hán viết lời đề.

1961 年 5 月，胡志明在漓江游船上用汉文写下一首桂林风景诗。

Tháng 5 năm 1961, trên du thuyền trên sông Ly Giang Hồ Chủ tịch đã viết bài thơ chữ Hán về phong cảnh Quế Lâm.

1962 年 5 月，胡志明在广西博物馆参观后用汉文题词。

Tháng 5 năm 1962, sau khi tham quan *Bảo tàng Quảng Tây* Hồ Chủ tịch đã viết lời đề bằng chữ Hán.

1964 年 6 月，胡志明在参观中国出口商品陈列馆后用汉文题词。

Tháng 6 năm 1964, Hồ Chủ tịch đã viết lời đề bằng chữ Hán sau khi tham quan *Triển lãm hàng hóa xuất khẩu Trung Quốc*.

胡志明喜欢参观中国的文物古迹和历史文化陈列。图为 1955 年 6 月，访问北京途经武汉时参观屈原纪念馆。

Hồ Chủ tịch rất thích tham quan trưng bày văn vật cổ và văn hóa lịch sử Trung Quốc. Trong ảnh, trên đường đi thăm Bắc Kinh Người đã ghé qua Vũ Hán tham quan *Nhà kỷ niệm Khuất Nguyên*, tháng 6 năm 1955.

1961 年 5 月，胡志明在桂林七星公园“桂海碑林”景区考察古代碑刻。

Hồ Chủ tịch khảo sát bia khắc cổ tại thắng cảnh *“Quế hải Bia lâm”* Công viên Thất Tinh Quế Lâm, tháng 5 năm 1961.

1962 年 5 月，胡志明在广西博物馆参观太平天国起义历史陈列展。

Hồ Chủ tịch tham quan Trưng bày lịch sử *Khởi nghĩa Thái bình Thiên quốc* tại *Bảo tàng Quảng Tây*, tháng 5 năm 1962.

胡志明对中国曲艺形式相声很感兴趣。图为 1962 年 5 月，胡志明在南宁兴致勃勃地欣赏中国著名相声演员马季的表演。

Hồ Chủ tịch rất thú vị với phương thức nghệ thuật Tương thanh (một phương thức tấu vè nói hài) tại Trung Quốc. Trong ảnh, Người hào hứng thưởng thức biểu diễn của diễn viên Tương thanh nổi tiếng Mã Quý, tháng 5 năm 1962 tại Nam Ninh.

胡志明会唱中国歌曲，也爱唱中国歌曲。图为 1962 年 5 月，胡志明在南宁观看演出后带头领唱革命歌曲《东方红》。

Hồ Chủ tịch hát được và cũng rất thích hát ca khúc Trung Quốc. Trong ảnh, sau khi xem biểu diễn tại Nam Ninh Người đã bắt nhịp cho mọi người hát ca khúc cách mạng *"Đông phương hồng"*, tháng 5 năm 1962.

1967 年 4 月，胡志明在广州从化温泉治病疗养时手捧歌曲集和工作人员一起练唱革命歌曲。

Tháng 4 năm 1967, trong thời gian điều dưỡng tại Ôn Tuyền Tùng Hóa Quảng Đông, Hồ Chủ tịch tay cầm cuốn sổ hát cùng với các nhân viên tập hát ca khúc cách mạng.

后 记

《胡志明与中越友谊》这本画册和广大读者见面了。

这是广西社会科学院主持编辑、由我担任执行主编的第五本以"胡志明与中越友谊"为题材的大型画册。前四本依次是：1995 年 4 月由中国大百科全书出版社出版的《胡志明主席与中国》画册，广西社会科学院编著；2006 年 5 月由广西人民出版社出版的《胡志明与广西》图文集，广西档案馆、广西社会科学院编著；2008 年 9 月由世界知识出版社出版的《毛泽东与胡志明》画册，广西社会科学院、广西南宁铁血昆仑影业公司编著；2010 年 5 月世界知识出版社出版的《胡志明与粤港》画册，主编单位为广东省人民对外友好协会、广东革命历史博物馆、广西社会科学院。以上四本画册，主题都是围绕"胡志明与中越友谊"，但具体内容上各有侧重。《胡志明主席与中国》较为系统地反映了胡志明在中国的革命活动，以及他与中国人民的深厚情谊。《胡志明与广西》，主要反映胡志明在广西的革命活动及其与广西人民的深厚情谊。《毛泽东与胡志明》主要反映胡志明与毛泽东等中国老一辈领导人的亲密关系。《胡志明与粤港》主要反映胡志明在广州、香港的革命活动及其与广东（含建省之前的海南）人民的深厚情谊。现在摆在读者面前的这本《胡志明与中越友谊》，则从胡志明在中国的革命活动、胡志明与中国人民的深厚情谊、胡志明与中国文化三个方面，更为系统、全面、完整地反映胡志明与中国和中国人民的亲密关系和深厚友谊。

本人能够担任"胡志明与中越友谊"系列画册的主编和执行主编，得益于广西社会科学院的学科优势、研究氛围，以及中越两国相关单位及人士的合作、支持与帮助。

广西社会科学院是中国研究越南和中越关系历史的主要学术机构，1979 年就成立了印度支那研究所（后改称"东南亚研究所"）。"胡志明与中越友谊"专题在很长时间里一直是院所两级的重点课题，集中了优势的科研力量，形成了良好的研究氛围，取得了系列化的研究成果。本人从 20 世纪 80 年代初开始从事该课题的研究，于 1987 年出版了《胡志明与中国》一书，并于 1990 年翻译成越南文出版。在接下来的几年里，我又相继出版了《中越关系史研究辑稿》、《胡志明狱中诗注释》、《胡志明汉文诗抄・注释・书法》。我在研究中发现，关于"胡志明与中越友谊"的图片资料异常丰富，是一笔十分珍贵的资源，于是着力搜集反映胡志明与中国关系的资料图片，以期用生动、直观的方式充分展示胡志明与中国的亲密关系和深厚情谊，为中越两国人民，特别是年轻一代，留下两国老一辈领导人精心培育中越友谊的真实记录，传承中越友谊。此项工作持续了十多个年头，因此便有了上述五本画册的陆续面世。

“胡志明与中越友谊”系列画册的面世离不开中越两国众多兄弟、友邻单位和相关人士的合作和支持，主要表现为：合作进行课题研究、提供图片资料、翻译相关文稿、协助编辑出版。前四本画册出版时，已由主编单位分别在各册《后记》中对合作和提供图片资料的单位和人员逐一提及和鸣谢。这本《胡志明与中越友谊》虽然有全新的内容架构，但与前面四本画册仍然有不可分割的联系，所选用的图片资料在前四本画册中或多或少都可以看到。没有前面四本画册，就没有这第五本画册。因此，在本画册面世的时候，特对曾与广西社会科学院合作编辑上述画册的单位和为画册提供图片资料的单位及个人予以鸣谢。相关鸣谢单位有：广西档案馆、广西新闻图片社、广西南宁铁血昆仑影业公司、广东人民对外友好协会、广东革命博物馆、广东省委警卫局、广州地平线广告公司、新华社中国照片档案馆、中国国家档案局、中国人民革命军事博物馆、越南胡志明研究院、越南胡志明博物馆、越南革命博物馆、越南通讯社。相关个人有：赵黄岗、陆文骏、陆晓华、陈健玲、张文健、张翼、文庄、陈修和、方士新、王谭，在此一并鸣谢。其中有的同志已经作古，谨致以深切怀念。如有遗漏或垂询意见，可联系广西社会科学院与本书执行主编沟通。

谢谢！

执行主编　黄　铮

2023 年 2 月

Lời người soạn

Tập sách ảnh "Hồ Chí Minh với tình hữu nghị Trung-Việt" đã ra mắt bạn đọc.

Đây là tập sách ảnh cỡ lớn thứ 5 mang đề tài "Hồ Chí Minh với tình hữu nghị Trung-Việt" do Viện Khoa học Xã hội Quảng Tây biên soạn, tôi đảm trách Chủ biên chấp hành. Bốn tập sách ảnh trước lần lượt là: Tập sách ảnh "Chủ tịch Hồ Chí Minh với Trung Quốc" do Viện Khoa học Xã hội Quảng Tây biên soạn, Nhà xuất bản Đại Bách khoa Toàn thư Trung Quốc xuất bản tháng 4 năm 1995; Tập sách ảnh "Hồ Chí Minh với Quảng Tây"do Cục Lưu trữ Quảng Tây và Viện Khoa học Xã hội Quảng Tây cùng biên soạn, Nhà xuất bản Nhân dân Quảng Tây xuất bản tháng 5 năm 2006; Tập sách ảnh "Mao Trạch Đông và Hồ Chí Minh" do Viện Khoa học Xã hội Quảng Tây và Công ty ngành điện ảnh Thiết Huyết Côn Luân cùng biên soạn, Nhà xuất bản Tri thức Thế giới xuất bản tháng 9 năm 2008; Tập sách ảnh "Hồ Chí Minh với Quảng Đông Hồng Kông" với đơn vị chủ biên là Hiệp hội Hữu nghị đối ngoại Nhân dân tỉnh Quảng Đông, Bảo tàng Lịch sử cách mạng Quảng Đông, Viện Khoa học Xã hội Quảng Tây, và do Nhà xuất bản Tri thức Thế giới xuất bản tháng 5 năm 2010. Bốn tập sách ảnh trên có chủ đề chung xoay quanh "Hồ Chí Minh với tình hữu nghị Trung-Việt", nhưng về mặt nội dung thì có những mặt nhấn khác nhau. "Chủ tịch Hồ Chí Minh với Trung Quốc" phản ánh một cách tương đối hệ thống những hoạt động cách mạng của Hồ Chí Minh tại Trung Quốc cũng như tình cảm sâu đậm của Người với nhân dân Trung Quốc. "Hồ Chí Minh với Quảng Tây" chủ yếu phản ánh tình hình hoạt động cách mạng của Hồ Chí Minh tại Quảng Tây cũng như tình nghĩa sâu nặng của Người với nhân dân Quảng Tây. "Mao Trạch Đông và Hồ Chí Minh" chủ yếu phản ánh mối quan hệ mật thiết giữa Hồ Chí Minh với Mao Trạch Đông và những người lãnh đạo tiền bối Trung Quốc. "Hồ Chí Minh với Quảng Đông Hồng Kông" chủ yếu thể hiện những hoạt động cách mạng của Hồ Chí Minh tại Quảng Châu, Hồng Kông cũng như tình cảm sâu đượm của Người với nhân dân Quảng Đông (bao gồm khu vực Hải Nam trước ngày thành lập tỉnh). Và Tập sách ảnh "Hồ Chí Minh với tình hữu nghị Trung-Việt" trong tay bạn đọc lúc này thì qua những nội dung như hoạt động cách mạng của Hồ Chí Minh tại Trung Quốc, mối tình cảm sâu đậm của Người với nhân dân Trung Quốc và Hồ Chí Minh với văn hóa Trung Quốc đã phản ánh một cách càng thêm hệ thống, toàn diện và hoàn chỉnh mối quan hệ khăng khít chặt chẽ của Hồ Chí Minh với nhân dân Trung Quốc cũng như mối tình hữu nghị sâu đượm trong đó.

Cá nhân tôi có thể đảm nhiệm chủ biên và chủ biên chấp hành của loạt sách ảnh "Hồ Chí Minh với tình hữu nghị Trung-Việt" là được lợi bởi thế mạnh nghiên cứu, môi trường nghiên cứu khoa học của Viện Khoa học Xã hội Quảng Tây cũng như sự hợp tác, ủng hộ và giúp đỡ của các đơn vị và nhân sĩ hai nước Trung-Việt.

Viện Khoa học Xã hội Quảng Tây là đơn vị nghiên cứu học thuật chủ yếu với nội dung các vấn đề về Việt Nam và Lịch sử quan hệ Trung-Việt. Năm 1979 đã thành lập Viện Nghiên cứu Đông Dương (sau đổi tên thành "Viện Nghiên cứu Đông Nam Á"). Trong thời gian dài "Hồ Chí Minh với tình hữu nghị Trung-Việt" luôn là đề tài chuyên môn trọng điểm ở 2 cấp viện và chúng tôi đã tập trung lực lượng thế mạnh về nghiên cứu, hình thành môi trường nghiên cứu tốt đẹp nhằm giành những thành quả nghiên cứu hàng loạt. Ngay từ đầu thập kỷ 80 thế kỷ XX bản thân tôi đã bắt tay vào việc nghiên cứu đề tài này, và đã xuất bản cuốn sách "Hồ Chí Minh với Trung Quốc" vào năm 1987, cuốn sách này được dịch thành tiếng Việt và xuất bản vào năm 1990. Trong những năm tiếp theo sau đó, tôi lại lần lượt xuất bản "Tập bài viết về lịch sử quan hệ Trung-Việt", "Chú giải Nhật ký trong tù của Hồ Chí Minh", "Bản chép thơ và từ chữ Hán của Hồ Chí Minh Chú giải Thư pháp". Trong quá trình nghiên cứu tôi đã phát hiện rằng những dữ liệu tranh ảnh liên quan tới chủ đề "Hồ Chí Minh với tình hữu nghị Trung-Việt" hết sức phong phú, là nguồn tài nguyên nghiên cứu hết sức quý báu. Vậy là tôi đã chuyển đổi hướng nghiên cứu sang tập trung sưu tập các dữ liệu tranh ảnh về mối quan hệ Hồ Chí Minh với Trung Quốc, mong rằng bằng phương thức sinh động và trực quan có thể thể hiện mối quan hệ chặt chẽ mật thiết giữa Hồ Chí Minh với Trung Quốc cùng với tình cảm sâu nặng bao hàm trong đó, để lại cho nhân dân hai nước nhất là lớp trẻ hai nước Trung-Việt sự ghi chép chân thực về lớp lãnh đạo tiền bối hai nước đã dày công vun xới cho mối tình hữu nghị giữa hai nước Trung-Việt và để kế thừa mối tình hữu nghị đó. Công việc này đã kéo dài xuyên suốt mười mấy năm ròng, và 5 tập sách ảnh kể trên đã lần lượt ra mắt bạn đọc.

Hoàn thành Loạt sách ảnh "Hồ Chí Minh với tình hữu nghị Trung-Việt" không thể tách rời với nhiều đơn vị bè bạn anh em và các nhân sĩ hữu quan đã dành cho sự hợp tác, ủng hộ và giúp đỡ, chủ yếu được thể hiện về hợp tác nghiên cứu đề tài, cung cấp dữ liệu tranh ảnh, dịch thuật bài viết liên quan, hiệp trợ biên soạn xuất bản. Khi xuất bản 4 tập sách ảnh trước đơn vị chủ biên đã lần lượt ngỏ lời cảm ơn tới các đơn vị và cá nhân đã dành sự hợp tác và cung cấp tranh ảnh dữ liệu cho từng tập sách ảnh. Tập sách ảnh "Hồ Chí Minh với tình hữu nghị Trung-Việt" tuy được soạn dựng trên một giàn khung nội dung hoàn toàn mới nhưng vẫn có mối liên hệ không thể tách rời với 4 tập sách ảnh trước, những tranh ảnh và dữ liệu được chọn sử dụng thì bạn đọc ít nhiều đã tiếp xúc ở 4 tập sách ảnh trước. Thiếu 4 tập sách ảnh trước thì sẽ không thể có được tập sách ảnh thứ 5 này. Bởi vậy vào thời điểm tập sách ảnh này ra mắt bạn đọc xin đặc cách cảm ơn các đơn vị và cá nhân đã cung cấp tranh ảnh và dữ liệu và dành cho đơn vị chủ biên là Viện Khoa học Xã hội Quảng Tây trong quá trình biên soạn. Xin cảm ơn các đơn vị hữu quan sau đây: Cục Lưu trữ Quảng Tây, Hãng Thông tin và tranh ảnh Quảng Tây, Công ty Điện ảnh

Thiết Huyết Côn Luân Nam Ninh Quảng Tây, Hiệp hội Hữu nghị đối ngoại Nhân dân Quảng Đông, Cục Lưu trữ ảnh Trung Quốc thuộc Tân Hoa Xã, Cục Lưu trữ Hồ sơ Trung ương, Bảo tàng Quân sự cách mạng Nhân dân Trung Quốc, Viện Nghiên cứu Hồ Chí Minh Việt Nam, Bảo tàng Hồ Chí Minh Việt Nam, Bảo tàng Cách mạng Việt Nam, Việt Nam Thông Tấn Xã. Cũng bày tỏ cảm tạ tới các cá nhân liên quan gồm: Triệu Hoàng Cương, Lục Văn Tuấn, Lục Hiểu Hoa, Trần Kiện Linh, Trương Văn Kiện, Trương Dực, Văn Trang, Trần Tu Hòa, Phương Sĩ Tân, Vương Đàm. Trong đó có những đồng chí đã mãi mãi đi xa, tại đây xin được bày tỏ nỗi niềm tưởng nhớ sâu sắc. Nếu trong quá trình công việc còn những thiếu sót hay chưa đầy đủ các bạn có thể liên hệ với Viện Khoa học Xã hội Quảng Tây và Chủ biên chấp hành của Tập sách ảnh này.

Xin cảm ơn!

Chủ biên chấp hành
Hoàng Tranh
Tháng 2 năm 2023

图书在版编目（CIP）数据

胡志明与中越友谊 / 广西社会科学院主编. -- 北京：世界知识出版社, 2023.3

ISBN 978-7-5012-6637-1

Ⅰ. ①胡… Ⅱ. ①广… Ⅲ. ①胡志明(1890-1969)—生平事迹—画册②中越关系—国际关系史—画册 Ⅳ. ①K833.337=533②D829.333-64

中国国家版本馆CIP数据核字(2023)第046779号

责任编辑　谢　晴
特约编辑　龚玲琳
责任出版　赵　玥
责任校对　陈可望

书　　名　胡志明与中越友谊
HUZHIMING YU ZHONGYUE YOUYI

主　　编　广西社会科学院
执行主编　黄　铮
越文翻译　贾精华
越文译审　温日豪

出版发行　世界知识出版社
地址邮编　北京市东城区干面胡同51号（100010）
网　　址　www.ishizhi.cn
电　　话　010-65265923（发行）　010-85119023（邮购）
经　　销　新华书店
印　　刷　北京宝隆世纪印刷有限公司
开本印张　889毫米×1194毫米　1/16　14印张
字　　数　260千字
版次印次　2023年3月第一版　2023年3月第一次印刷
标准书号　ISBN 978-7-5012-6637-1
定　　价　350.00元